வானொலியிலே

கி.ஆ.பெ.விசுவநாதம்

Title: Vaanoliyile

Author: K. A. P. Viswanatham

Language: Tamil

First Published on: 1947

Year of Publication: 2025

Book Format: Paperback

*Page Size: 6inch * 9inch*

Category: Literature

Subject: Literary Essays

No. of pages: 72

ISBN: 978-81-997926-1-6

Published by: Nilan Publishers, Madurai, Tamilnadu, India

பொருளடக்கம்

குறிப்புகளுக்காக

பதிப்புரை

சிறந்த தமிழ்ப் பேச்சாளர்களில் ஒருவரான கி.ஆ.பெ.விசுவநாதம் அவர்களைத் தமிழகம் நன்கு அறியும். அவரது நூற்றுக்கணக்கான பேச்சுக்கள், கேட்டவர்களுக்கு மட்டும் செவிக்குணவாகி, கேட்க முடியாதவர்களுக்கு நூல்வடிவில் வந்து பயன்படாது வானோடு வானாகக் கலந்துவிட்டன.

பல மாதங்களுக்கு முன் திருச்சி வானொலியிலே பேசிய ஏழு பேச்சுக்களைத் தொகுத்து வெளியிட விரும்பினோம். உடனே இசைந்தார் அன்பர். இந் நூலில் உள்ள ஒவ்வொரு பேச்சும் நம் நாட்டின் இன்றைய நிலைக்கு ஏற்றதாக இருப்பதைத் தமிழர்கள் வரவேற்று மகிழ்வார்கள் என நம்புகிறோம்.

இதை வெளியிட இசைவுதந்த ஆசிரியர்க்கும், பதிப்பிட அனுமதி தந்த திருச்சி வானொலி நிலையத்தாருக்கும் அரிய சிறப்புரை தந்துள்ள நாவலர். ச. சோமசுந்தர பாரதியார் எம்.ஏ.,பி.எல். அவர்களுக்கும் எங்கள் நன்றி.

தமிழர் பதிப்பகத்தார்.

முன்னுரை

(டாக்டர்,கணக்காயர், நாவலர், பேராசிரியர் திரு. ச. சோமசுந்தர பாரதியார் அவர்கள் M.A., B.L பசுமலை)

தற்காலத் தமிழுலகில் நல்ல பேச்சாளிகளுள் ஒருவரான திரு.கி.ஆ.பெ.விசுவநாதம் அவர்கள் திருச்சி வானொலியில் பேசிய ஏழு பேச்சுக்கள் ஒன்றாக அச்சு ஏறித் தனிச் சிறு புத்தக வடிவில் வெளிவருகிறது. அதை வெளியிடும் சென்னைத் தமிழர் பதிப்பகத் தலைவர் எனக்கு முன்படி ஒன்றை அனுப்பி ஒரு முன்னுரை தருமாறு பணித்தனர். எல்லோரும் மதிக்கும் நல்ல சரக்குக்கு விளம்பரம் மிகை; நாடறிந்த நாவலர் விசுவநாதம் அவர்களின் இன்னுரைகளுக்கு என் முன்னுரை மிகை.

கேட்டார்ப் பிணிக்கும் தகையவராய், கேளாரும் வேட்ப மொழியும் இந்நாவலர் பிறவியில் பேச்சாளி; சிறந்த எழுத்தாளர். நகைச்சுவை ததும்ப ஆழ்ந்த கருத்துக்களைக் கேட்பவர் அகத்தூன்றப் பேசி, இன்பமும் பயனும் ஒருங்கெய்த வைக்கும் திறம் நிறைந்தவர். பொருளற்ற சொல்லடுக்கும் புலவர் அல்லர். இகலாது வெல்லும் சொல்வல்ல வித்தகர். எளிமையும் இனிமையும், எண்ணாமல் எழுந்து பேசும் உரை களையும் மிளிரவைக்கும் சொல்லின் செல்வரான இவர், தமிழ் அறிஞர் தமக்கு விருந்தாகத் தயாரித்துப் பேசும் "வானொலி" உரைகள் தேனென இனிப்பதில் வியப்பிராதல்லவா?

வெளிவரும் ஏழுரைகளையும் முன் வானொலியின் வாயிலாகக் கேட்டு மகிழ்ந்த எனக்கே மீண்டும் படிக்கத் தெவிட்டாமல் சுவை தந்தன என்றால், அவற்றை இப்புத்தகத்தில் முதல் முதலில் படிப்பவர்க்கு அவை உவகை தருவதில் ஐயமில்லை. கற்றாரும் முன்னறியாப் பல புதிய செய்திகளை இவற்றில் காணலாம். உளம் தளராமல் மேல்வரும் பொருளை உணர்ந்துவக்க ஆவலூட்டி,

எதிர்பார்ப்பதிலும் அதிக இன்பம் உதவி, படிப்பவர்க்கு முடிவில் மேலும் பேசாமல் நிறுத்த நேர்ந்தமைக்கு வருத்தம் உறுத்தும் இன்னுரைகள் இவை.பதவி, வயது, மதம், பால், கொள்கைகளில் வேறுபடுவாரும் வெறுப் பின்றி விரும்பி வரவேற்கும் நடுநிலையும், நாட்டு நலம் நாடுபவர் யாவரும் பேணத்தக்க பொருள் நயமும் வாய்ந்துள்ளன.

இவைபோலவே, இவர்களின் பேருரைகள் பலவற்றையும் திரட்டி வெளியிடுவது தமிழ் இளைஞர் பலர்க்கும் பெரும் பயனும்,யாவர்க்கும் நயனும் தரும் என நம்புகிறேன்.

பசுமலை,
12-11-47.

இளசை கிழான்.
ச.சோ.பாரதி.

இந்நூலைப் பற்றிய மதிப்புரைகள்

"இத்தொகுப்பு நூல் விலையுயர்ந்த மணிகள் ஏழினைக் கொண்ட ஒரு மாலையெனில் மிகையாகாது. எங்கும் ஆழ்ந்த கருத்துக்கள் விரவி கிடக்கின்றன...... அரிய கருத்துக்களை அறியவேண்டும் என்ற ஆர்வமும், எளிய தமிழ் நடையின் அழகைப் பருகவேண்டு மென்ற ஆசையும் உள்ளவர்கள் அவசியம் படிக்க வேண்டிய நூல்.'

-எங்கள் நாடு *(12-6-'49)*

திரு.கி.ஆ. பெ. விசுவநாதம் அவர்களின் அரசியல் பேச்சு ஒன்று, ஆராய்ச்சிப் பேச்சு ஒன்று, சமூகப் பேச்சு ஒன்று, விவாதப் பேச்சு ஒன்று, வியாபாரப் பேச்சு ஒன்று, வெளிநாட்டுப் பேச்சு என்று ஆக ஏழு சிறந்த வானொலிப் பேச்சுக்களைத் தேர்ந்தெடுத்து அழகிய நூல் வடிவாக அச்சியற்றப் பெற்றுள்ளது.

-தமிழர் நாடு *(14-12-'47)*

"நல்ல விறுவிறுப்பான நடையில் தெளிவாக விஷயங்களை அலசி ஆராய்ந்து எடுத்து உரைத்திருக்கிறார் ஆசிரியர்."

-தினசரி மடல்' *(27-5-'48)*

"பேச்சுக்கலை பயிலும் இளைஞர் கரத்தில் எல்லாம் தங்கும் உரிமையும் பெருமையும் இந்நூலுக்கு உண்டு.

- 'போர்வாள்' *(6-3-'48)*

பொருட் செறிவுடனும் நகைச் சுவையுடனும் பேசுவது அறிஞர் கி.ஆ.பெ. விசுவநாதத்தின் தனிச் சிறப்பு...... கல்லூரி மாணவர்கட்குப் பயனற்ற புத்தகங்களை வைக்கும்

சென்னைப் பல்கலைக் கழகத்தின் கண்ணுக்கு இப்புத்தகம் படுமா?"

-பொன்னி (டிசம்பர், 1947 இதழ்)

வானொலியிலே...

1. தகுதியும் திறமையும்

[இதே பொருள்பற்றி வேறுபாடான தமது கருத்துக்களைக் கும்பகோணம் அரசாங்கக் கல்லூரித் தலைவர் பட்டாச்சாரியார் அவர்கள் இதற்கு முன்பு தெரிவித்தார்கள்.]

"கல்வி நிலையங்களிற் சேர திறமையே முதல் தேவை" என்ற தலைப்பைக் கேட்டதும் ஒரு பேச்சின் தலைப்பு இவ்வளவு நீளமா? என்று எவரும் பயந்துவிட வேண்டாம். இது பேச்சின் தலைப்பு அல்ல; மாணவர்களின் புண்பட்ட மனதுக்குக் கிடைக்கும் விடை இது.

கல்வி நிலையங்கள் என்பது ஆர்ட் காலேஜ், மெடிகல் காலேஜ், இன்சினீரிங் காலேஜ், அக்ரிகல்ச்சரல் காலேஜ். என்கின்ற கலைக் கல்லூரி, மருத்துவக் கல்லூரி, அறிவுத் தொழிற் கல்லூரி, பயிர்த்தொழிற் கல்லூரி ஆகியவைகளைக் குறிக்கும். அவைகளிற் சேர்ந்து படிப்பதற்கென்று பல பிள்ளைகள் விண்ணப்பம் போடுவது வழக்கம். கல்லூரி அதிகாரிகள் திறமையான பிள்ளைகளைப் பார்த்துப் பொறுக்கி எடுத்துக்கொண்டு மற்ற பிள்ளைகளை வடிகட்டி அனுப்பி விடுவார்கள். சேர்க்கப்பெற்ற பிள்ளைகளெல்லாம் முன்னேற்றமடைந்த ஒரு வகுப்பைச் சேர்ந்ததாகவும், தெருவில் நிற்கும் பிள்ளைகள் எல்லாம் பிற்போக்கடைந்த வகுப்புகளைச் சேர்ந்ததாகவுமிருக்கும். அப்பிள்ளைகள் எல்லாம் எங்களுக்குக் கல்லூரிகளிற் படிக்க இடமில்லை எனக் கேட்பார்கள். அதற்குக் கல்லூரி அதிகாரிகள் சொல்லுகின்ற விடைதான் இப்பேச்சின் தலைப்பு. இப்பொழுது விளங்கியிருக்கும். "கல்வி நிலையங் களிற் சேர திறமையே முதல் தேவை" என்பதன் பொருள்.

"இதுதான் சரி" என்று சென்ற 7-ந் தேதியன்று ஒரு பேச்சைக் கேட்டோம். என் போன்றவர்கள் அதைச் சரி என ஒப்ப முடியாது. ஒப்புவதானால், குறைந்த எண்ணிக்கையுடைய உயர்த்தப்பட்ட வகுப்பினர் மேலும் மேலும் முன்னேறுவதையும் அதிக எண்ணிக்கையுடைய தாழ்த்தப்பட்ட வகுப்பினர் முன்னேற வழியில்லாமற் போவதையும் ஆதரிக்க வேண்டும். ஆகவே, திறமையே முதல் தேவை என்ற கொள்கையானது பெரிதும் தவ றானதும், வருங்கால குடி ஆட்சிக்குச் சிறிதும் ஒவ்வாதது மாகும்.

"திறமை" என்பது எது? திறமையை அளக்கும் அளவுகோல் எது? யார் அளப்பது ? யார் அளப்பது? எப்படி அளப்பது? முடிவு கூறுவது எவர் ? கூறப்பட்ட முடிவுகளில் ஜாதிப் பற்று கலக்கவில்லை என்பதைக் கண்டு பிடிப்பது எப்படி ? என்ற கேள்விகளெல்லாம் திறமை என்றதும் கிளம்புகின்றன.

அதிக "மார்க்குகள்" தான் திறமை என்பது என்றால், சலுகைக்காகவும், சிபார்சுக்காகவும், ஜாதிக்காகவும், பொருளுக்காகவும் மார்க்குகள் கொடுக்கும் வழக்கம் நம் நாட்டில் அடியோடு ஒழிந்த பிறகல்லவா மார்க்குகளைக் கொண்டு திறமையை அளக்க முடியும்? இப்போது அளப்பது எப்படி?

நேர்மையான ஆசிரியர்களிடம் படிப்புக்காக மார்க்குகள் வாங்கிய பையன்களைக்கூடத் திறமையுடையவர்கள் என என்னால் ஒப்ப முடியவில்லை. படிப்பிற்காக வாங்கிய மார்க்குகள் படிப்பிற்காகப் பயன்படலாம். அதைவிட்டு தொழிலின் திறமைக்கு அந்த மார்க்குகள் எவ்வாறு பயன் படும்? படித்துப் பட்டம் பெற்ற டாக்டர்கள் சிலரைவிட, பழக்கமுள்ள கம்பவுண்டர்களிற் சிலர் திறமையுடையவர் களாயிருப்பது ஏன்? படித்துப் பட்டம் பெற்ற இஞ்சினீயர்கள் சிலரைவிட, பழக்கமுள்ள ஓவர்சியர்களிற் சிலர் திறமையுடையவர்களாயிருப்பது எப்படி? இதிலிருந்து படிப்பின் திறமைக்கும், தொழிலின் திறமைக்கும் வேறுபாடுகள் இருக்கின்றன என்பது நன்கு விளங்கும்.

அவ்வித மிருக்க தொழிற் கல்வி கற்பிப்பதற்குப் படிப்பின் மார்க்குகள் முதல் தேவை என்பது எவ்வளவு பெரிய தவறு? அதை நம்மால் எப்படி ஒப்புக்கொள்ள முடியும்?

சுமார் 20 ஆண்டுகளுக்கு முன்பு நமது மாகாணத்தில் டாக்டர் வேலைக்குப் படிக்கும் பிள்ளைகள் சமஸ்கிருதம் படித்திருக்க வேண்டுமென்று ஒரு சட்டம் செய்ய திருத்தங்கள் கொண்டு வந்தார்கள். இதனால் சமஸ்கிருதம் தெரிந்த வகுப்பினரே டாக்டர் வேலைக்குத் திறமையுடையவர்களாகச் சேர்க்கவும், சமஸ்கிருதம் தெரியாத - படிக்காத அதில் அதிக மார்க்குகள் வாங்க முடியாத பிற வகுப்பினர்களெல்லாம் டாக்டர் வேலைக்குப் படித்து முடியாமற் போகவும் நேரிடும் என பனகால் அரசர் முதன் மந்திரியாக இருந்த காலத்தில் பொதுமக்கள் கிளர்ச்சி செய்தார்கள். டாக்டர் வேலைக்கும் சமஸ்கிருதப் படிப்புக்கும் என்ன சம்பந்தம்? எனப் பல மேடைகளிற் பேசப்பட்டு எதிர்ப்புகள் கிளம்பின. பிறகு அது சட்டமாக்காமல் கைவிடப் பட்டது. திருப்பதி சமஸ்கிருதக் கல்லூரியில் பிராமண ரல்லாத மாணவர்கள் வியாகரணம் படிக்கத் திறமையற்ற வர்கள் எனக் கருதி சேர்க்கப்படுவதில்லை. பிறகு பனகால் அரசர் காலத்தில் அது திருத்தப்பட்டு இப்போது எல்லா வகுப்பு மாணவர்களும் வியாகரண வகுப்பில் சேர்க்கப்பட்டு படித்துத் திறமையானவர்களாக வெளிவருகின்றனர். அறிவுத்திறமை என்னாயிற்று?

19 வயதுக்குள் கல்லூரிக்குப் படிக்க வருகிறவர்கள் தான் திறமையுடைய பிள்ளைகள் என்றால், பொய்யாக வயதைப் பதிவு செய்கின்றவர்கள் எல்லாம் திறமையுடையவர்கள் என்றும், உண்மை வயதைப் பதிவு செய்கின்றவர்களெல்லாம் திறமையற்றவர்கள் என்றும் ஆகும். இந்த வயதுக் கட்டுப்பாட்டுச் சட்டத்தினால், பொய்யாக வயதைப் பதிவு செய்கிறவர்களும் பெருத்து வருகிறார்கள். அரசாங் கத்தினர் கடுமையான நடிவடிக்கை எடுத்தால் இது குறையும். இன்றேல் இக் கொடிய வழக்கத்தால் பிள்ளை களையும் பொய்யிலும், ஏமாற்றத்திலும் பழக்கி, நாட் டிற்கும் கேடு

செய்வதாக முடியும். இதனால் எல்லோரும் இவ்வாறுதான் வயதைப் பதிவு செய்கிறார்கள் எனச் சொல்லுவதாக நினைக்க வேண்டாம். இது அடியோடு இல்லையென எவரும் சொல்லிவிட முடியாது. என் பிள்ளைகளைப் பள்ளியிற் சேர்க்கும்பொழுது எனக்குக் கூட இவ்வாலோசனை கூறப்பட்டது என்றால் பிறரைப் பற்றிச் சொல்வானேன்? ஆகவே, வயதுக் குறைவுத் திறமை வழக்குக்கு வந்தால் நிற்காது.

திறமைதான் தேவை என்பதில் இன்னொரு தவறும் நடந்துவருகிறது. அதரவது சில வேலைகளுக்கு எஸ்.எஸ். எல்.ஸி படித்தவர்கள் போதும் என்றிருக்கும்பொழுது, அதற்குத் தகுதியுள்ள மாணவர்களும் விண்ணப்பித்திருக்கும் பொழுது அவர்களை எல்லாம் விலக்கிவிட்டு, பி.ஏ.,எம்.ஏ. படித்தவர்களை அவ்வேலைகளுக்கு நியமித்து விட்டு எங்களுக்குத் திறமையே முதல் தேவை, எனக் கூறுகிறார்கள். இது எவ்வாறு நியாயமாகும்? குறைந்த படிப்புள்ளவர்கள் பார்க்கும் வேலைகளுக்கு அதிக படிப்புள்ளவர்கள் எதற்காக? அதைப்போலவே இஞ்சினீரிங் காலேஜில் சேர எப்.ஏ படிப்புப் போதும் என் றிருக்கும்பொழுது பி.ஏ., எம்.ஏ.க்களை நியமித்துவிட்டு எங்களுக்குத் திறமையே முதல் தேவை என்பது எப்படி நேர்மையாகும்? படிக்குந் தகுதிவரை படிக்க வைத்த குடும்பங்களின் கதியும் என்னாகும்? தகுதியிருக்கும் போதுகூடத் திறமையில்லை என்று கூறுவது தப்பா? அல்லவா?

ஒரு நாட்டினர் திறமையுடையவர்கள், மற்றொரு நாட்டினர் திறமையற்றவர்கள் என்பதையாவது, எங்காவது எவராவது கேள்விப்பட்டிருக்கலாம். ஒரு வகுப்பினர் திறமை யுடையவர்கள், இன்னொரு வகுப்பினர் திறமையற்றவர்கள் என்பதை இந்த நாட்டில்தான் கேட்க முடியும். திறமையைப் பற்றி நான்கு பிரிவுகளாகச் சொல்லப்பட்டு வருகின்றது. 1. பிராமணர். 2. பிராமணரல்லாதார். 3. பிற்போக்கடைந்தவர். 4.தாழ்த்தப்பட்டோர். இவர்களுக்குத் திறமைகளும் வரிசைக் கிரமமாக இருக்கிறது என்று சொல்லப்படுவது

உண்மையாகுமானால், அவர்கள் வாழுமிடங்களும், சுற்றுச் சார்புகளுமே காரணமாக இருக்க வேண்டும் அல்லவா? அப்படி இருந்தால், அக்கிரகாரத்திலிருந்து சரி பாதிப் பேர்களை சேரிக்கும், சேரியிலிருந்து சரி பாதிப் பேர்களை அக்கிரகாரத்திற்கும் அனுப்பி சுற்றுச் சார்புகளையும், சூழ்நிலைகளையும் ஒன்றாக்கித் திறமையையும் சமமாக்க வேண்டியது அரசாங்கத்தினுடையவும், தேச பக்தர்களுடையவும், பொதுநல ஊழியர்களுடையவும் முதற்கடமையாக இருக்கவேண்டும்.

திறமையை எண்ணக்கூடாது. வகுப்புவாரியாகத் தான் தேர்ந்தெடுக்க வேண்டும் என்ற விதி இருக்குமிடங்களிற் கூட 'திறமை' தலை விரித்தாடுகிறது. பிராமணரல்லாதார் என்ற தொகுதிக்கு ஆட்கள் தேவைப்படும்போது தமிழ் நாட்டார் அல்லாத வட நாட்டவர்கள் துழைக்கப்படு கிறார்கள். திறமை செய்கின்ற கொடுமை இது.இக் கொடுமைகளை மருத்துவக் கல்லூரிகளிலும் ரயில்வே தொழிற் கல்வி நிலையங்களிலும் நன்கு காணலாம்.வகுப்பு வாரியாகவும் ஜில்லா வாரியாகவும் பிள்ளைகளைச் சேர்க்க வேண்டும் என்ற சட்டம் இஞ்சினீயரிங் காலேஜில் உண்டு. திருச்சி ஜில்லாவிலிருந்து 1942-ல் கிறிஸ்தவ வகுப்பினர் இருவர் மனுப் போட்டிருந்தனர். ஒருவர்தான் தேவை என எடுத்துக் கொண்டார்கள். தேர்ந்தெடுக்கப் பட்டவன் படிக்கப் போகவே இல்லை. அதற்குப் பதிலாக அடுத்த பையன் வர விரும்பியும் சேர்க்க மறுத்து விட்டார்கள்.

அந்த வருஷத்தில் தேர்ந்தெடுக்கப்பட்டவர்கள் மொத்தம் 80 பேர் அதில் 10 பேர் படிக்கவரவில்லை. அந்தக் காலி ஸ்தானங்கள் 10-க்கும் பிராமணப் பிள்ளைகளே தேர்ந்தெடுக்கப்பட்டனர். திறமையே முதல் தேவை என்பதன் பலன் இது.

என்னுடைய முடிவான கருத்து என்னவென்றால், திறமை முதல் தேவையுமில்லை. இரண்டாம் தேவையு மில்லை. திறமை என்பதே அடியோடு தேவையில்லை என்பதுதான்.

திறமையுடையவர்களை எல்லாம் கொஞ்ச காலத்திற்கு ஒதுக்கி வைத்துவிட்டு, திறமையற்றவர்களை மட்டுமே கல்லூரிகளிற் சேர்த்துப் படிக்கும்படிச் செய்ய வேண்டும். அப்போதுதான் கையும் காலும் சூம்பிப்போய் வயிறு மட்டும் பெருத்து வலுக்குறைந்த குழந்தையைப் போலக் காணப்படும் தமிழ்நாடு எல்லாச் சமூகங்களும் உயர்ந்து வலுவான நாடாகக் காட்சியளிக்க முடியும்.

திறமையற்றவர்களைத் திறமையுடையவர்களாகச் செய்வதுதான் கல்லூரிகளின் முதல் வேலையாக இருக்க வேண்டும். அதைச் செய்ய இப்போதுள்ள கல்லூரிகளுக்குத் திறமையில்லாவிடில் அக் கல்லூரிகளை இடித்துத் தூளாக்கிவிட அரசாங்கம் உத்தரவு போடவேண்டும். அவ்வாறு செய்தால் கட்டிடங்களிருந்த நிலத்தில் கலக் கம்பாவது விளையும். உணவு நெருக்கடியான இக்காலத்தில் அது அதிக விளைவுக்குத் துணை செய்வதாகவுமிருக்கும்.

கட்டிட வசதிக் குறைவான இக்காலத்தில் அவற்றை இடிக்க மனமில்லாவிட்டாலும் கல்லூரிகளின் ஆசிரியர்களையாவது மாற்றியமைக்கவேண்டும். ஆசிரியர்களை மாற்றியமைக்க அரசாங்கத்தினருக்கு மனமில்லாவிடில் அரசாங்கத்தினரையே மாற்றியமைக்க வேண்டும். இதுதான் நாட்டு நலனுக்கும் வருங்காலக் குடி ஆட்சிக்கும் ஏற்ற சிறந்த தொண்டாகும். இதன் மூலம் திறமையற்றவர்களைத் திறமை கொண்டவர்களாகச் செய்யத் திறமையில்லாத கல்லூரிகளுக்குச் செலவிடப்படுகிற பொதுப் பணத்தையும் வீணாக்காமல் காப்பாற்ற முடியும். அரசாங்கம் நடத்தும் கல்லூரிகளின் நிலையே இவ்வாறாகுமானால், தேச பக்தர் களின் பெயரால், தனிப்பட்டவர்களால் நடத்தப்படுகின்ற கல்லூரிகளைப் பற்றி என்ன சொல்லுவது? ?

தீட்டின கத்தியையே தீட்டிக்கொண்டிருப்பது எவ்வளவு வீண் வேலையோ, அவ்வளவு வீண் வேலைதான் திறமையுள்ளவர்களாகச் செய்வதும். "சோறு தின்றவர்களுக்கே சோறு போடுவது" எவ்வளவு

புண்ணியமோ, அவ்வளவு புண்ணியந்தான் திறமையுள்ளவர்களுக்காகவே கல்லூரிகளை நடத்துவதும். இன்றைய கல்லூரி மாணவர்கள் தான் எதிர்காலத்தில் இந்நாட்டை ஆளப் போகிறவர்கள் என்றால், கல்லூரிகளிற் படிப்பதிலும் நாட்டை ஆள்வ திலும் எல்லோருக்கும் பங்கு இருக்க வேண்டாமா? கல்லூரிகளில், திறமை பார்த்து வடிகட்டியே பிள்ளைகளைச் சேர்க்க வேண்டும் என்பதும், படிக்கும் பிள்ளைகளுக்குத் தக்கவாறு கல்லூரிகளை அதிகமாக்க முடியாது என்பதும், நாட்டின் நலனுக்கு ஏற்ற சொற்களாக அறிஞர்களால் ஏற்றுக் கொள்ளமுடியாது. ஏனெனில், இது ஒரு சமூகம் நாடாள வேண்டுமென்றும், பிற சமூகங்கள் அடங்கி வாழ வேண்டுமென்றும் சொல்லப்படுவது போலத் தோன்றும்.

உயர்ந்த ஜாதிப் போலீஸ் இன்ஸ்பெக்டர்களிடம் புளிய மிலார் அடி வாங்கும் தாழ்த்தப்பட்ட மக்கள் தங்கள் சமூகத்திலும் சிலர் போலீஸ் இன்ஸ்பெக்டர்களாக இருக்க வேண்டும் என்று ஆசைப்படுவது இயற்கையே. அதற்காக அந்தச் சமூகத்தினர் கல்லூரிப் படிப்பு இருந்தால்தான் அவ் வேலைகள் கிடைக்கும் என நினைத்து, சில பிள்ளைகளை எஸ்.எஸ்.எல்.ஸி வரை படிக்க வைத்து கல்லூரியில் படிக்கத் தகுதியுடையவன் என்ற நற்சாட்சிப் பத்திரத்தோடு கல்லூரிக்கு அனுப்பி வைத்தாலும் அவனை அங்கு சேர்க்காமல், அதிக மார்க்கு வாங்கிய மக்களைச் சேர்த்துக் கொண்டிருந்தால் அந்தச் சமூகத்தின் கதி என்ன? அவர்களிற் சிலர் போலீஸ் இன்ஸ்பெக்டர்களாவது எப்படி ? அவர்கள் தங்கள் முதுகில் புளிய மிலார் அடி வாங்காமலிருப்பது எப்போது? "திறமைதான் முதல் தேவை" என்று கூறுகிறவர்கள் இவைகளை எண்ணிப் பார்த்தாவது கூற வேண்டாமா?

வகுப்புப் பூசல்களும், ஜாதிப் பிரிவுகளும் உடனே ஒழியவேண்டும் என்ற கொள்கையுடைய அறிஞர்களைக் கூடத் 'திறமைதான் முதல் தேவை' என்ற சொற்க ளானது திடுக்கிடச் செய்கிறது. முற்போக்கடைந்த மக்களோடு பிற்போக்கடைந்த மக்களும் சரி சமமாக எல்லாத்

துறைகளிலும் வரும்வரையிலும் ஜாதிப் பிரிவுகள் அப்படி அப்படியே நிலைத்திருக்க வேண்டும் எனவும், அப்போது தான் குறிப்பாக அவர்களைக் கண்டுபிடித்து உயர்த்த முடியும் எனவும் நினைக்கும்படிச் செய்கிறது. இவ்வாறு நினைக்கும்படித் தூண்டுவது 'திறமையே முதல் தேவை' என்ற சொற்கள்தான்.

இந்தவிவாதத்தில் திறமையற்றவர்கள் என்று சொல்லப் பட்டு வந்தவர்கள் அனைவரும் உண்மையில் திறமையற்ற வர்கள் அல்ல. அவர்கள் திறமையற்றவர்களாக இருந்தால், உயர்தரப் பள்ளிகளில் படித்துத் தேறி கல்லூரிகளில் படிக்கத் தகுதியுள்ளவர்களென்று அரசாங்கத்தினரால் வழங்கப் பெற்ற உரிமைச் சீட்டுடன் கல்லூரியின் வாயிற் படிவரை வந்திருக்க முடியாது அல்லவா? இவர்களைத் திறமையற்றவர்கள் என்று கூறுகிறவர்களெல்லாம் உண்மை யைக் கூறுகிறவர்களாக இருக்க முடியாது. அவர்களைக் குருடர்களென்றும், செவிடர்களென்றும் கூறிவிட முடியாது.

போராட்டமெல்லாம், குறைந்த திறமை, அதிக திறமை என்பதைப் பொறுத்ததாகும். கேள்வி எல்லாம்.

தேவைக்குத் தகுந்த திறமையுள்ளவர்களை விலக்கிவி தேவைக்கு அதிகமான திறமையுள்ளவர்களைத் "தேடி இழுப்பது ஏன்?" என்பதுதான்.

முன்னேற்றமடைந்த வகுப்பினர் பிற்போக்கடைந்த மக்களைத் திரும்பிக்கூட பாராமல் விரைந்து நடப்பது ஒரு தவறு. அவர்கள் தாங்களாக முன்னேறி வந்தும் கை கொடுத்து உதவாமல் இருப்பது அதைவிடத் தவறு. அவர்களாகத் தட்டுத் தடுமாறி மேலேறிவரக் கண்டதும் ஆதரிக் காமல் சும்மா இருப்பது பெருந்தவறு. சும்மாவும் இராமல், முன்னேறி வந்தவர்களை மறித்துப் பிடித்துக் கீழே தள்ளுவதோ மன்னிக்க முடியாத பெருந்தவறாகும்.

"திறமையே முதல் தேவை" என்ற கொள்கை இந்நாட்டில் கையாளப்படாதிருந்தால் ஜாதிப் பூசல்களும், வகுப்பு

வெறுப்புகளும் இவ்வளவு விரைவாகத் தோன்றி யிராது. வெளிப்படையாகக் கூற வேண்டுமானால், ஜஸ்டிஸ் கட்சி தோன்றியதற்கும், முஸ்லிம் லீக் பரவியதற்கும் தாழ்த்தப்பட்ட பெடரேஷன் வளர்ந்ததற்கும் "திறமையே முதல் தேவை " என்று கூறுபவர்கள் தான் துணை செய்தவர்கள் எனத்துணிந்துக் கூறலாம்.

"திறமையே முதல் தேவை" என்ற சொற்களை முன்னேற்றமடைந்தவர்களின் வாயிலாகப் பிற்போக்கடைந்தவர்கள் என்றைக்குக் கேள்விப் பட்டார்களோ அன்றைக்கே பயந்து போய்விட்டார்கள். அவர்களுக்கு வருங்காலக் குடியாட்சியில் தங்களுக்கும் பங்கு கிடைக்கும் என்ற நம்பிக்கை அழிந்துபோயிற்று. அதனாலேயே அவர்கள் தங்கள் தங்களுக்குள் பலமான கட்சிகளை அமைத்துக் கொண்டு முன்னேற்றமடைந்த மக்களோடு முரண்பட்டு ஒற்றுமையின்றி போராடத் தொடங்கினர்.

"இனியும் திறமைதான் முதல் தேவை" என்று சொல்லிக் கொண்டு முன்னேற்றமடைத்தவர்களே மேலும் மேலும் முன்னேறிக்கொண்டிருந்தால். பிற்போக்கடைந்த மக்களின் அன்பையும், நட்பையும் பெற முடியாது. அவர்களின் இந்த நியாயமான கோரிக்கையை வகுப்புத் துவேஷம் எனக் கூறி மறைத்துவிடவும் முடியாது. எல்லோரும் ஓர் குலம், எல்லோரும் ஓர் இனம், எல்லோரும் இந்நாட்டு மன்னர் என்ற கொள்கைக்கு ஏற்றதாகவுமிராது. சமூக நலனுக்கும், நாட்டு நலனுக்கும் இக்கொள்கையால் நன்மை விளையவும் செய்யாது.

ஆகவே, திறமையே முதல் தேவை எனக் கூறி அதிகத் திறமையைத் தேடித் திரியாமல், தேவைக்கு வேண்டிய திறமையுடைய எல்லா வகுப்புப் பிள்ளைகளுக்குமே, கலைக் கல்வி நிலையங்களிலும், தொழிற் கல்வி நிலையங்களிலும் உரிமைப்படி இடம் அளிக்க வேண்டும். அதற்கு இருக்கும் கல்லூரிகளில் இடம் இல்லாவிடில் புதிய கல்லூரிகளை

ஏற்படுத்த வேண்டும்; நடைமுறை ஆண்டில் கல்லூரியில் படிக்கத் தகுதியோடும், திறமையோடும் வந்த 31,000 பிள்ளைகளில் 15,000 பேர்களுக்குக் கல்லூரிகளில் படிக்க இடம் கொடுத்து மீதி 16,000 பேர்களை விலக்கி படிக்க முடியாமற் செய்தது நமது மாகாண நலனுக்கு ஏற்ற செயலாக இராது.

தொழிற் கல்லூரியில் எல்லோருக்கும் கற்க இடம் கொடுத்துப் பிறகு தொழில்களில் ஒரு பரீட்சை வைத்து, அதற்குள் "திறமையே முதல் தேவை" எனக் கூறுவதானால் இது பொருந்தும். அதை விட்டுத் தொழிற்கல்வி கற்பதற்கே திறமை வேண்டும் - அதுவும் அதிக மார்க்கு திறமை வேண்டும் எனக் கூறுவது அறிவுக்கு ஒவ்வாத கூற்றாகும். இதுகாறுங் கூறியவற்றால். கல்வி நிலையங்களிற் சேர "திறமையே முதல் தேவை " என்பது அறிஞர்களால் மறுக்கப்படும். எனக் கூறுவதோடு எனது பேச்சை முடிக்கிறேன்.

(14-2-47-ல் கல்வி நிலையங்களிற் சேர திறமையே முதல் தேவை'என்ற தலைப்பில் பேசியது.)

2. ஜாதி முறை

[இதே பொருள் பற்றி வேறுபாடான தமது கருத்துக்களை இதற்கு முந்திய பேச்சில் மதுரை ராவ் சாகிப் என். நடேசய்யர் அவர்கள் தெரிவித்தார்கள்.]

தமிழ் நாட்டுப் பெருங்குடி மக்கள் அனைவர்க்கும் எனது வணக்கம். ஜாதி முறையைப் பற்றிப் பேசும் வாய்ப்பு இன்று எனக்குக் கிடைத்திருக்கிறது. ஜாதி என்பது மக்களைப் பல பிரிவுகளாகப் பிரித்து, ஒரு பிரிவிலுள்ள ஒரு கூட்டத்தைப் பிறப்பின் பொருட்டு குறித்துக் கூறுகிற ஒரு சொல், ஜாதி என்ற இச்சொல் பண்டைத் தமிழ் நூல்களில் இல்லை. இச் சொல் இல்லாததைக் கொண்டே ஜாதி முறையும் பழந்தமிழ் நாட்டில் இல்லை என்று நன்கு விளங்குகிறது. குலம் என்ற ஒரு சொல் இடைக்காலத்திய தமிழ் நூல்களில் காணப்படுகிறது. குலம் ஜாதியல்ல.

ஜாதி வேறு, குலம் வேறு. இதன் உண்மையை, ஜாதி குலம் பிறப் பிறப்பு என்ற சொற்றாடர் நன்கறிவிக்கும். ஜாதி பிறந்த கூட்டத்தைக் குறிக்கும். குலம் நடந்த ஒழுக்கத்தைக் குறிக்கும். குலம் என்ற சொல்லை ஒழுக்கம் என்ற பொருளிலேயே பல புலவர்கள் பல்வேறு நூல்களில் வழங்கியிருக்கிறார்கள். குல மகளிர் என்பது எந்த ஒரு ஜாதியையும் குறிக்காமல் ஒழுக்கமுள்ள பெண்கள் என்றே பொருள்படுகிறது. குலனுடையான் கண்ணேயுள என்ற வள்ளுவர் வாக்கும் குலம் ஜாதியல்ல ; ஒழுக்கமே என்பதை வற்புறுத்துகிறது.

அந்தணர், அரசர், வணிகர், வேளாளர் என்ற நால் வகைப் பிரிவு பண்டைய தமிழ் நாட்டில் இருந்ததுண்டு. இதுவும் தொழிலின் பொருட்டு பிரிக்கப் பெற்ற தொழில் முறையே தவிர பிறப்பின் பொருட்டு பிரிக்கப் பெற்ற ஜாதி முறையல்ல: சாலியவாகனனைப் பற்றிக் கேள்விப்பட்டிருப்பீர்கள். அவன் சட்டி பானைகளைச் செய்தபோது அவன் பெயர் வேளான்.

வேள் என்பது மண். வேளான் என்பது மண் தொழில் செய்வோன் என்றாகிறது. அவைகளை விற்கும்பொழுது அவன் வணிகன் ஆனான். போரிட்ட பொழுது வீரன் ஆனான். தண்டித்தபோது மறவன் ஆனான். ஆண்டபொழுது அரசன் ஆனான். முடிதுறந்து அறவொழுக்கத்தைக் கைக்கொண்டிருந்தால் அந்தணன் ஆவான். இது தமிழ் வழக்காகும். இவற்றையே பிரம்ம, க்ஷத்திரிய, வைசிய, சூத்திர என வடமொழியாளர் வகுத்து நால் வகைச் சாதியெனக் கூறிப் பிறப்பின் பொருட்டு வழங்கினர். இவ் வழக்குப்படி ஒருவனுக்குப் பிறப்பின் பொருட்டு வழங்கிய ஜாதிப் பெயரானது அவன் எத்தொழிலைச் செய்தாலும் மாறாது. மாற்ற முயன்றாலும் முடியாது.

இன்றையத் தமிழ் நாட்டுச் சிற்றூர்களில் "பள்ளுபறை பதினெட்டு சாதி" என ஒரு பழமொழி வழங்கப்பெற்று வருகிறது. இதுவும் தொழில் முறை கருதி குறிப்பிடப் பட்டதே தவிர, பிறப்பு முறை கருதி வகுக்கப் பெற்றதல்ல. இது உண்மை.

உழவுத் தொழில் செய்ய நிலத்தின் பள்ளத்தைத் தூர்ப்பவர் அல்லது பள்ளஞ் செய்பவர் - பள்ளர்.அரசனது கருத்தை பறையடித்து அறிவிப்பவர் பறையர். எதிரியின் கள்ளச் செயலை அறியும் அறிஞர்-கள்ளர், மறக் கருணை கொண்டு தண்டிப்பவர் - மறவர். நாட்டைப் பாதுகாப்பவர் - காவற்காரர். எதுவும் உடையவர் - உடையார்.

பரிகாரம் செய்பவர் - பரிகாரி. வீரர் குடியினர்--வீர்குடி. துணிகளை வண்ணஞ் செய்பவர்-வண்ணர். தட்டி வேலை செய்பவர்- தட்டர். கொல்லுலைக் கூடத்தினர் -கொல்லர். வணிகஞ் செய்பவர்-- வணிகர். வலை வீசுவோர் - வலைஞர். வேளாண்மை செய்வோர் - வேளாளர். முதன்மையாளர்- முதலியார் எனக் கூறி அழைக்கப்பெற்றனர். ஆகவே, இது தொழில் முறை கருதியதே அன்றி, பிறப்பு முறை கருதியது அல்ல.

தொடக்கத்தில் பிறப்பு முறை கருதிய ஜாதிகள் நான்கு என வகுத்திருந்தாலும் நான்கு நாற்பது ஆகி, பிறகு நானூறு ஆகி, நான்கு ஆயிரம் ஆகி, நாற்பது ஆயிரமாக உயர்ந்து, இன்று நான்கு லட்சம் பிரிவாகப் பிரிந்து ஜாதி முறையானது விளையாடிக் கொண்டிருக்கிறது. மேல்நாட்டிலிருந்து இந்தியாவுக்கு வந்து ஜாதிக் கணக்கு எடுத்த ஸ்வீடன் தேசத்துப் பாதிரியார் ஒருவர் இந்தியாவில் 2181 ஜாதிப் பிரிவுகள் இருக்கின்றன எனக் கூறியிருக்கிறார். பாவம்! அவர் ஜாதிகளை மட்டும் அறிந்து எண்ணிக் கணக் கெடுத்தவர் போலும். ஜாதிகளின் பிரிவுகளையும், பிரிவுகளின் உட்பிரிவுகளையும், உட்பிரிவுகளின் உட்பிரிவுகளையும் அவரால் அறிய முடியவில்லை என்று தெரிகிறது. அறிந்திருந்தால் இவ்வாறு குறைவாகக் கூறியிருக்க நியாயமில்லை.

திருமணம் நடந்த ஒரு வீட்டில் நான் உணவருந்திக் கொண்டிருந்தேன். என் பக்கத்திலிருந்த ஒருவர் என்னை மெதுவாய்த் தட்டிக் கூப்பிட்டு அதோ கதவருகில் உட் கார்ந்து சாப்பிடுகிறாரே அவர் கொஞ்சம் பத்தாது. இப்போது நம் இனத்தில் சம்பந்தம் செய்து நடுப் பத்திக்கு வந்துவிட்டார் எனக் கூறினார். என்னிடம் எவர் சொன்னாரோ அவரைப்பற்றியே இன்னொருவர் சற்று முன்பு இவ்வாறு சொல்லிக்கொண்டிருந்தார். இந்த இருவர்களும் கூறியது உண்மையானால், இவர்கள் முன்பு ஒரு சாதி, இப்போது அரைச்சாதி ஆக ஆள் ஒன்றுக்கு ஒன்றரைச் சாதி ஆகிறது. இதை அந்த ஸ்வீடன் தேசத்துப் பாதிரியார் அறிந்திருந்தால் எவ்வாறு கூறியிருப்பார்? இந்தியாவில் உள்ள 26 கோடி இந்துக்களில் 39 கோடி ஜாதிப் பிரிவுகள் உண்டு என்றுதான் கூறியிருப்பார்?

இத்தனை ஜாதிகள் இந்நாட்டிலிருந்தாலும் எந்த ஜாதியும் தன் ஜாதிப் பெருமையை இழக்கவோ, தன் ஜாதி தாழ்ந்தது என ஒப்பவோ விரும்புவதில்லை. 11 ஆண்டுகளுக்கு முன்பு பறையர்களின் சேரிக்குச் சென்றிருந்தேன். அங்கு அப்போது சாதிக் கூட்டம் நடந்தது. இந்த வழக்கம் நமது சாதியில்

உண்டா? என்று பலர் கோபமாகக் கூச்சலிட்டனர். முடிவில் வேறு சாதியில் கலப்பு மணம் செய்த ஒருவனை சேரியை விட்டு விலக்கிவிட்டனர். இந் நிகழ்ச்சியானது இன்னும் என் உள்ளத்தை விட்டு மறையவில்லை. இதிலிருந்து எது உயர்ந்த சாதி? என எவர் முடிவு கட்டிக் கூறுவது? என்பது எனக்கே விளங்கவில்லை.

ஜாதி முறையினால் மக்கள் பிளவுபட்டு தனித் தனிக் கூட்டம் ஆனார்கள். அவ்வளவோடு நிற்கவில்லை. ஜாதி முறையானது ஜாதிக்கு ஒரு பட்டம்; ஜாதிக்கு ஒரு அடையாளம்; ஜாதிக்கு ஒரு தொழில் : ஜாதிக்கு ஒரு வழக்கம்; ஜாதிக்கு ஒரு நீதி; ஜாதிக்கு ஒரு தெரு; ஜாதிக்கு ஒரு கடமை; ஜாதிக்கு ஒரு உரிமை; ஜாதிக்கு ஒரு உணவு என்று கூட வகுத்துப் பிரித்துவிட்டது. இதனால் மக்கள் உள்ளத்தில் தோன்றியிருந்த அன்பு உணர்ச்சி அழிந்தது. ஒற்றுமை உணர்ச்சி குற்றுயிராய்க் கிடந்து மடிந்து போயிற்று. இந் நாட்டில் நடைபெறும் கலகங்களுக்கும், குழப்பங்களுக்கும் ஜாதி முறையே பெரிதும் காரணமாக இருந்து வருகிறது. முடிவாகக் கூறவேண்டுமானால், சமூகம் என்னும் நிலத்தில் சாதி என்னும் விதையூன்றி,வெறுப்பு நீர் பாய்ச்சி, வேற்றுமைச் செடி வளர்ந்து, பொறாமை பூத்து, கலகம் காய்த்து, அடிதடி பழுக்கிறது என்றே கூறவேண்டும்.

ஜாதி வேற்றுமையானது நாட்டு வேற்றுமையை விட, மத வேற்றுமையை விட, மொழி வேற்றுமையை விட, நிற வேற்றுமையை விட மிகப் பெரிதாக மதிக்கப்பெற்று வருகிறது. ஐரோப்பியர், அமெரிக்கர், சைனாக்காரர், ஜப்பானியர் ஆகியவர்கள் வேற்று நாட்டாராயிருந்தும், வேற்று மொழியினராயிருந்தும், வேற்று நிறத்தினராயிருந்தும் அன்போடு கைலாகு கொடுத்து மகிழ்ச்சியோடு வரவேற்கிறோம். ஆனால், நமது நாட்டினரை, நமது மதத்தினரை, நமது மொழியினரை, நமது நிறத்தினரை நாம் தொடவும் அஞ்சி, மறுத்து, வெறுத்து வருகிறோம். இக் கொடுஞ் செயலைச் செய்கின்ற ஜாதி முறையை

எண்ணும்பொழுது அறிஞர் களின் உள்ளம் வெடிக்காது என் செய்யும்?

ஜாதி முறையில் தீண்டாமை என்றும் ஒன்று உண்டு. இதைவிட கடுமையானதும், கொடுமையானதும் இவ்வுலகில் எப்பாகத்திலுமில்லை. தீண்டாமை என்ற சொல்லில் முதல் எழுத்து "தீ"; முடிவெழுத்து "மை" ஆகவே அச் சொல்லிலேயே தீமை அமைந்திருக்கிறது. தீண்டாமை நெருப்பை விடக் கொடியதாகும். நெருப்பு தொட்டவனை மட்டுமே சுடும்.

நெருப்பைத் தொட்டவனைத் தொட்டால் சூடு தாக்காது. ஆனால், ஜாதி முறை வகுத்துள்ள தீண்டலானது தொட்டவனைத் தொட்டாலும் தாக்கும். பிறகு அவனைத் தொட்டவனைத் தொட்டாலும் தாக்கும். மனிதனை மலத்தினுங் கேடானதாக மதிக்கச் செய்வது தீண்டாமையேயாம். மலத்தைத் தொட்டவன் கையைக் கழுவிவிட்டாற் போதும். மனிதனைத் தொட்டவன் தலையிலிருந்து கால்வரை கழுவி தலை முழுகித் தீரவேண்டும்.

ஜாதி முறையில் வேண்டாமையும் ஒன்றுண்டு. அது, "நாய் நுழையும் வீட்டில்கூட நீ நுழைய வேண்டாம். நன்றாய் கழுதை நடக்கும் தெருவில் நீ நடக்க வேண்டாம்" எனச் சொல்லும். ஜாதி முறையில் என்றும் ஒன்றுண்டு. அது "பூனை குடித்த எச்சில் பாலைக் குடி; ஆனால் மனிதன் பார்த்த பாலை மட்டும் குடிக்காதே" எனச் சொல்லிச் சொல்லிச் சிரிக்கும். இன்னும் கொள்ளாமை, கொடுக்காமை, உண்ணாமை, தின்னாமை, எண்ணாமை, இரங்காமை, பொறாமை முதலிய எத்தனையோ ஆமைகள் ஜாதி முறைச் சேற்றில் வாழ்கின்றன. இந்த ஆமைகள் யாவும் உணராமை என்னும் கிணற்றிலுள்ள அறியாமையின் குட்டிகள் போலும்!

தாழ்த்தப்பட்டவர்களுக்குள் நடைபெற்ற விருந்தொன்றில் நெய் பரிமாறினார்கள் என்ற குற்றத்திற்காக விருந்துண்ட உறவினர்களெல்லாம் ஜாதி இந்துக்களால் அடியும், மிதியும்,

உதையும் பட்டனர். இக் கொடுஞ் செயல் நடைபெற்ற நாள் *1936*, ஏப்ரல் முதல் தேதியாகும். தண்ணீர் எடுக்க மண் குடத்தைப் பயன்படுத்தாமல், பித்தளைக் குடத்தைப் பயன்படுத்திய குற்றத்திற்காகப் பெண் மக்கள் பலர் துன்புறுத்தப்பட்டனர். இக் கொடுஞ் செயல் நடைபெற்றது *1935* நவம்பர் முதலிலாகும். இரவிக்கை அணிந்த காரணத்திற்காக தாழ்த்தப் பட்ட பெண்களுக்கு ஜாதி முறை அடி வாங்கிக் கொடுத்திருக்கிறது.

சமீப காலத்தில் நமது ஜில்லாவில், குளித்தலை தாலுகாவில் ஒரு ஜாதியினரே வசிக்கும் ஒரு தெருவில் மற்றொரு ஜாதியினர் வீடு வாங்கியது செல்லாது என்று கோர்ட்டில் வழக்கு தொடரப்பட்டது. இவ்வாறு ஜாதி முறை செய்கின்ற கொடுமைகள் அளவிட்டுக் கூற முடியாதவையாகும்.

ஒரு ஜாதியின்மீது ஆதிக்கம் செலுத்த இன்னொரு ஜாதிக்கு உரிமை உண்டு என்று கூறுகிறவர்கள்,"ஒரு நாட்டின் மீது ஆதிக்கம் செலுத்த மற்றொரு நாட்டுக்கும் உரிமையுண்டு என்று எண்ணி சும்மா இருந்துவிட வேண்டும். ஒரு நாட்டை அடிமைப்படுத்த இன்னொரு நாட்டிற்கு உரிமையில்லை என்று கூறுகிறவர்கள், ஒரு ஜாதியை அடிமைப்படுத்த இன்னொரு ஜாதிக்கு உரிமை யில்லை" என்பதையும் ஒப்புக்கொள்ள வேண்டும் அல்லவா?

பொருளாதாரத் துறையிற் பார்த்தாலும் ஜாதி முறை தீமை செய்து வருகிறது. ஜாதியோடு தொழிலும் இணைக்கப் பெற்றிருக்கிறது. பிறப்பினாலேயே ஒருவனது தொழில் முன்னதாகவே உறுதி செய்யப்பட்டு விடுகிறது. இதனால் குறிப்பிட்ட சில ஜாதியினர் வேறு தொழில் செய்து பொருளாதாரத் துறையில் சிறப்படைந்து வாழ முடிவ தில்லை.

நல் வாழ்வு வாழ்வதற்குக்கூட ஜாதி முறை தீமை செய்து வருகிறது. எடுத்துக்காட்டாகப் பிராமணர்களையே எடுத்துக் கொள்வோம். நால்வகைச் ஜாதியில் இவர்கள் தலை

சிறந்தவர்கள். இந்த ஒரு ஜாதியில் அய்யர், அய்யங்கார், சர்மா, சாஸ்திரி என்பது போன்று வட நாட்டிலும் தென்னாட்டிலும் சேர்ந்து பெரும் பிரிவுகள் 56-ம், உ பிரிவுகள் 224-ம், உட் பிரிவுகளின் உட் பிரிவுகள் 896-ம் இருக்கின்றன என்பதை அறியும்பொழுது "வாழ்வு" எவ்வளவு தூரம் ஒதுக்கப் பெற்றிருக்கிறது என்பதை நன்கறியலாம். ஜாதி முறையும், கோத்திரப் பிரிவும் பார்த்து மணம் செய்வது என்ற கொள்கையினால் அழகான ஆணும் பெண்ணும், அல்லது அறிவாளிகளான ஆணும் பெண்ணும் சேர்ந்து நல்வாழ்வு நடந்த முடிவதில்லை. ஆனது ஒன்றையும், ஆகாதது ஒன்றையும் இணைத்து அவர்களின் வாழ்க்கை முறையை ஜாதி முறை வேடிக்கை பார்த்து வருகிறது.

ஜாதி முறை நல்லதா? கெட்டதா? என்பதும் ஒரு கேள்விதான். இதற்குப் பதில் கூறுமுன், எதற்கு? என்று கேட்டுத்தான் பதிற்கூற வேண்டும். ஜாதி முறை சில ஜாதிகளுக்கு நன்மையாகத் தோன்றலாம். அதுவும் கானல் நீர்தான். சில ஜாதிகளுக்கு ஜாதி முறை தீமை தருகிறது. சுயநலத்தைக் கருதாமல் நாட்டின் பொது நலத்தைக் கருதும்பொழுது ஜாதி முறை தீமைதரும் என்றே கூறியாகவேண்டும்.

சமூக ஒற்றுமையின் மீதுதான் இந்நாட்டில் ஒரு வலுவான அரசியலை அமைக்க முடியும். பிளவுபட்ட மக்களால் ஒரு நல்ல அரசியலை அமைக்க முடியாது. இவ் வுண்மையை உணர்ந்த அரசியல் நிபுணர்கள், சமூக சீர்திருத்தத் தலைவர்கள், தேசியத் தலைவர்கள், அறிஞர்கள் ஆகிய அனைவரும் நம் நாட்டின் எதிர்கால நலனைக் கருதி ரமூக ஒற்றுமைக்கு "ஜாதி முறை" அழிய வேண்டும் என்றே கூறி வருகிறார்கள்.

ஜாதி இரண்டொழிய வேறில்லை."அது "இட்டார் பெரியோர் இடாதோர் இழிகுலத்தோர்" என்பதுதான் என்றும், ஒழுக்கமுள்ளோர் அனைவரும் ஒன்றே என்ற பொருளில் "ஒன்றே குலமும்" என்றும், எல்லாம் எனது ஊர், எல்லோரும் எனது சுற்றத்தார் என்ற பொருளில், "யாதும் ஊரே யாவரும்

கேளிர்" என்றும் பழந்தமிழ் நூல்களில் அரும்புலவர்கள் பலர் ஜாதி முறையை வெறுத்துக் கூறியிருக்கின்றனர்.

அது மட்டுமா? வேதாந்தக் கருத்தை விளக்கிய விவேகானந்த சுவாமிகளும், சித்தாந்தக் கருத்தை விளக்கிய இராமலிங்க சுவாமிகளும் ஜாதி ஒழிய வேண்டும் என்று வற்புறுத்திக் கூறியிருக்கின்றனர். அவ்வளவோடு நின்று விடவில்லை. எல்லா ஜாதியினரும் நாயன்மார்களாகியிருக்கிறார்கள் என்று சைவ புராணம் கூறுகிறது. அதைப் போலவே எல்லா ஜாதியினரும் ஆழ்வார்களாகியிருக்கிறார்கள் என்று வைணவ புராணமும் கூறுகிறது.

எல்லாவற்றிற்கும் மேலாக தீண்டாமை அழியவும், ஜாதி முறை ஒழியவும் தெய்வ சம்மதமும் இருக்கிறது என்று புராண வரலாறுகளால் தெரிய வருகிறது. தீண்டாத ஜாதி, திருப்பாணாழ்வாரை, திருவரங்கப் பெருமானும்; திருநாளைப் போவார் நந்தனாரை, தில்லை நடராஜப் பெருமானும் திருமேனியோடு தழுவி தன்னுள் இரண்டறக் கலக்கும்படிச் செய்த அருட் செயல்தான் அது. என்ன விவாதம் இனி இருக்கிறது? ஒன்றுமில்லை.

ஜாதி முறையை ஒழிக்க 5 வழிகளிருக்கின்றன. முதலாவது ஜாதி முறையை வெறுக்கக் கற்றுக்கொள்ள வேண்டும். இரண்டாவது பெயருக்குப் பின்னால் உள்ள பட்டப் பெயர்களை விடவேண்டும். மூன்றாவது எல்லோரிடமும் அன்பாய் பழகவேண்டும். நான்காவது சுத்தமாக இருக்கும் எவரோடும். எவ்விடத்தும் மகிழ்ச்சியோடு உண்ணவேண்டும். ஐந்தாவது கலப்பு மணம் செய்ய வேண்டும். இந்த 5 வழிகளாலும் ஜாதி முறையை ஒழிக்க இப்போது சிறிய அளவில் முயற்சிக்கப்பெற்று ஒருவாறு பலனும் அடைந்து வருகிறது. கலப்பு மணத்தை ஆத ரித்தும், நடத்தியும், நடத்தத் தூண்டியும், எழுதியும், பேசியும் வருகிறவர்களின் தொகை அதிகமாகி வருகிறது. ஜாதிக் கலப்பு மட்டுமல்ல, சமயக் கலப்பு, மொழிக் கலப்பு. மாகாணக் கலப்பு, தேசக் கலப்பு,நிறக் கலப்புத்

திருமணங்கள்கூட நடைபெறத் தொடங்கிவிட்டன. பள்ளிகளில் படிக்க முடியாமை, பஸ்களில் ஏற முடியாமை முதலிய வைகள் அழிந்து ஒழிந்து வருகின்றன. ஐஸ்டிஸ் கட்சி தாழ்த்தப்பட்டவர்களை ஸ்தல ஸ்தாபனங்களில் உட்கார வைத்து பெருமைப்படுத்தியது. காங்கிரஸ் கட்சி தாழ்த்தப் பட்டவர்களை சட்டசபை தலைமைப் பதவியில் உட்கார வைத்து மற்ற ஜாதியினரை மரியாதை செய்யச் செய்து விட்டது. ஜாதி முறையும் அழியத் தொடங்கிவிட்டது. இனி எவராலும் அதைத் தடுத்து நிலைநிறுத்த முடியாது. நீங்களும் அது அழிய வேண்டும் என்று ஆசைப்படுங்கள். இன்றேல் சும்மா இருந்துவிடுங்கள். அது. அழியும் வேகத்தில் குறுக்கே நின்று தடுக்காதீர்கள். அதுவே நீங்கள் இந்நாட்டின் எதிர்கால நன்மையைக் கருதிச் செய்யும் பெருந் தொண்டாகும் எனக் கூறுவதோடு எனது பேச்சை முடிக்கிறேன்.

['ஜாதியும் வர்ணமும் என்ற தலைப்பில் 25-8-42-ல் பேசியது.]

3. காவிரியும் உறையூரும்

அன்பர்களே ! இன்றுவரை 'ஆறும் ஊரும்' என்ற பொருள் பற்றிய 6 பேச்சுகளைக் கேட்டீர்கள். இன்றைய பேச்சு ஏழாவதும் இறுதியுமாகும். இதுவரை பேசப் பெற்ற எந்த நதிக்கும் ஆறு என்று பெயரில்லை. எந்த நகருக்கும். ஊர் என்று பெயரிருந்ததில்லை. ஆனால். இன்று பேச எடுத்துக்கொண்ட காவிரிக்கு 'யாறு' என்றும் உறையூருக்கு 'ஊர்' என்றும் பெயர் உண்டு. யாறெனப்படுவது. காவிரி, 'ஊரெனப்படுவது "உறையூர்' என்பது புலவர்களின் வாக்கு. இது நமக்கு மகிழ்ச்சியைத் தருகிறது. இதைவிட அதிக மகிழ்ச்சியைத் தருவது இவை இரண் டிற்கும் உரியவனான 'சோழ மன்னனுக்கு வேந்தன்' என்று பெயர் வழங்குவதாகும். இவ் உண்மையை தண்ணீரும் காவிரியே தார்வேந்தன் சோழனே மண்ணா வதும் சோழ மண்டலமே என்ற பொய்யாமொழிப் புலவரின் வெண்பா அடிகள் நன்கறிவிக்கும். பல நதிகளும் பல மன்னர்களும் உள்ள அக்காலத்திலேயே இவ்வாறு துணிவாகக் கூறுவது எளிதானதாகாது என்று எண்ணிப் பார்க்கும்பொழுது உண்மை தானாகவே புலப்படுகிறது.

நாகரீகத்தின் சிறப்பு அறிவைப் பொறுத்ததாகும். அறிவின் சிறப்பு மக்களையும், மக்களின் பிறப்பு மன்னனை யும், மன்னனின் சிறப்பு நாட்டையும், நாட்டின் சிறப்பு நகரையும், நகரின் சிறப்பு நதியையும், நதியின் சிறப்பு நீரையும் பொறுத்ததாகும். மக்களின் நாகரீகத்திற்கு நீரே அடிப்படையாக இருந்து வருகிறது. இம்முறையில் வட நாட்டு நாகரிகத்திற்குக் கங்கை நீரையும் தென்னாட்டு நாகரீகத்திற்குக் காவிரி நீரையும் அடிப்படையாகக் கூறலாம். தமிழ் நாட்டு வாலாறு எழுதப்படும் பொழுது காவிரிக் கரையிலிருந்துதான் தொடங்க வேண்டும். தமிழ் நாட்டு வரலாறு மட்டுமல்ல. திராவிட நாட்டு வரலாறும், இந்திய நாட்டு வரலாறும் ஆசியாக் கண்டத்தின் வரலாறும் உலக

வரலாறுங்கூட இங்கிருந்துதான் தொடங்கியாக வேண்டும் எனத் தெரிய வருகிறது. எவ்விதம்? எனில், உலகில் முதல் முதலாக மக்கள் தோன்றியவிடம் கடற் கோளால் அழிந்துபோன தமிழ் நாட்டின் தென்பகுதியாகிய லெமூரியா என்றவிடமே என்ற முடிவிற்கு ஆராய்ச்சியாளர்கள் நெருங்கி வந்து கொண்டிருக்கின்றனர். இதனால் உலக மக்களின் நாகரிகத்திற்குக் காவிரியுந் தொண்டு செய்திருக்கிறது என்று கூறலாம்.

இந்தியாவில் பல நதிகள் இருக்கின்றன. என்றாலும் சிறப்பு வாய்ந்த நதிகள் பத்து. இவை கங்கா, யமுனா, துங்கபத்ரா, கிருஷ்ணா, கோதாவரி என வடநாட்டு நதிகள் 5-ம், பெண்ணையாறு, பாலாறு, காவிரி, வைகை, பொருணை என தென்னாட்டு நதிகள் 5-மாகப் பிரிந்தன. பாரதியார் அவர்கள் தென்னாட்டு நதிகளைக் கூறும்பொழுது 'காவேரி தென்பெண்ணை பாலாறு தமிழ் கண்டதோர் வைகை பொருணை நதி' யெனக் கூறினார்கள். காவிரி, நதிகளின் கடுவிலிருந்தாலும், நாட்டின் நடுவிலிருந்தாலும் அது பாட்டின் முதலில் பதிந்திருப்பது நமக்கு மகிழ்ச்சியைத் தருகிறது.

காவிரிக்கு 'யாறு' என்று மட்டும் பெயரல்ல. நீர் என்றும், புனல் என்றும், பொன்னி என்றும் பல பெயர்கள் இருக்கின்றன. காவிரி சூழ்ந்த நாட்டிற்கு நீர் நாடு என்றும், புனல் நாடு என்றும், பொன்னி நாடு என்றும் பெயர். காவிரிக்கும் காவிரி சூழ்ந்த நாட்டிற்கும் உரியவனான சோழ மன்னன் நீர் நாடன் என்றும், புனல் நாடன் என்றும், பொன்னி நாடன் என்றும் அழைக்கப் பெற்றிருக்கிறான். இவற்றை, புறநானூறு முதலிய நூல்களால் நன்கறியலாம். புனல் நாடன் என்ற பெயராளது ஒரு சிறந்த மன்னனையும், அவனது செழித்த நாட்டையும், விரிந்த நதியையும் தன்னுள் அடக்கிக் காட்டுவதை அறிந்து மகிழ வேண்டும். இது தமிழ் நாட்டிற்கும் தமிழ் மக்களுக்கும் தமிழ் மொழிக்கும் உள்ள ஒரு தனிச் சிறப்பாகும்.

காவிரியின் தோற்றம் மேற்குத் தொடர்ச்சி மலையில் காவிரியின் மறைவு கிழக்குக் கடற்கரையில் காவிரியின் நீளம் ஏறக்குறைய 400 மைல்கள். காவிரியின் நாடுகள்: பிறந்தது குடகு நாட்டில், தவழ்ந்தது கன்னடத்தில் நடந்தது கொங்கு நாட்டில், வாழ்ந்தது சோழ நாட்டில் குளிப்பது சோனாட்டுக் கடலில் ஆகும். காவிரிக்கு நிலம் கூறவேண்டுமானால் அது குறிஞ்சி நிலத்திற் பிறந்து முல்லை நிலத்தில் தவழ்ந்து பாலை நிலத்தைப் பாராமல் மருத நிலத்தில் விளையாடி நெய்தல் நிலத்தில் முடிகிறது எனக் கூறலாம்.காவிரி தோன்றும் இடத்திலிருந்து கடலோடு கலக்கும் இடம் வரை அது தெய்வக் காவிரியாகவே அன்றும் இன்றும் கருதப்பட்டு வருகிறது. இது அதன் வளம் பொருந்திய சிறப்பையே நமக்கு எடுத்துக் காட்டுவதாகும். ஆடி 18-ல் காவிரியில் நீர் பெருகுவதும் புது வாழ்வில் புகுந்த மணமக்கள் புதுப்புனல் ஆடுதலும் தங்கள் வாழ்வும் வாழ்நாளும் பெருக வேண்டும் எனக் காவிரியைத் தெய்வமாக எண்ணி வணங்குதலுமாகியவைகள் தமிழ் நாட்டில் பல்லாயிரக்கணக்கான ஆண்டுகளாக நடைபெற்றுவரும் வழக்கமாகும்.

காவிரியாற்று நீர் சோழ மன்னர்களை வாழ்விக்கவும் காவிரியாற்று மணல் சோழ மன்னர்களை வாழ்த்தவும் பயன்பட்டு வந்திருக்கின் றன. சோழ மன்னர்களை வாழ்த்திய புலவர் பெருமக்கள் காவிரியாற்று எக்கரிட்ட மணல்களை விட அதிக ஆண்டுகள் வாழ வேண்டும் என வாழ்த்தியிருக்கிறார்கள். சோழர் அரசும் அவ்விதமே உறையூரில் வாழ்ந்து வந்தது. சோழர் குடிதோன்றிய காலம் நமக்குத் தோன்றவில்லை. கல்வெட்டுகளும் காட்டவில்லை. பதியெழு வறியாப் பழங்குடியினர் என்றும் மண் தோன்றிய காலத்திற்கு முன் தோன்றிய மூத்த குடியினர் என்றும் புலவர்கள் கூறியிருக்கிறார்கள். சோழரும் பாண்டியரும் சூரியவம்சம், சந்திரவம்சம் என - அதாவது ஞாயிறு வழியினர், திங்கள் வழியினர் என - அழைக்கப்பட்டார்கள். அவர்களும் ஞாயிறு வட்ட திங்கள் வட்டக் குடைகளைப் பிடித்திருந்தனர். இது அவர்களின் பழமையைக் காட்டுகிறது போலும்.

அரங்கம் என்பது ஆற்றிற்கிடையிலுள்ள மேட்டின் பெயராகும். காவிரியாறு உறையூருக்கு எதிரில் வந்து இருபுறமும் சுற்றிச் சூழ்ந்து ஒரு திரு அரங்கத்தையும் திரு அரங்கரையும் திரு அரங்க நகரையும் உண்டாக்கி இருக்கிறது.

இதைப் போலவே இதே காவிரி மைசூரிலும் இரு புறமும் சுற்றிச் சூழ்ந்து ஒரு திரு அரங்கத்தையும் திரு அரங்கரையும் திரு அரங்கப்பட்டினத்தையும் உண்டாக்கி இருக்கிறது. இதனை வடமொழியினர் ஸ்ரீரங்கம். ஸ்ரீரங்கர், ஸ்ரீரங்கப்பட்டினம் எனக் கூறுவர். அரங்கம் என்பது தமிழ்ச் சொல்.

காவிரியாற்றிற்கு இருபுறமும் கரை கட்டிய மன்னன் கரிகாற் சோழனாவான். இவனுக்குத் திருமாவளவன் என்றும் பெயர் உண்டு. சிறந்த போர்வீரன். இவனது அறிவும் ஆற்றலும் எவராலும் மறக்க முடியாதவை. தமிழகத் தலைமை தாங்கிய வளவன்' எனப் பெயர் பெற்றவன்.

காவிரிக்குக் கரை கட்டுவதற்கென்று சிங்களத் தீவிலிருந்து பத்தாயிரம் தொழிலாளர்கள் இவனால் வரவழைக்கப்பட் டனர். காவிரியின் இருபுறமுள்ள கிராமங்களைப் பல பிரிவு களாகப் பிரித்து ஒவ்வொரு பிரிவும் 5 மைல் நீளம் கரை கட்டத் திட்டமிட்டு ஆங்காங்கு வேலை செய்யும் ஆட்களுக்கு அந்தந்த கிராமத்தின் மூலம் அரசாங்க உணவளித்து 200 மைல் நீளத்திற்கு ஒரே காலத்தில் கரை கட்டச் செய்த திறமை வியக்கக் கூடியதாகும். காவிரியின் நீர் வீணாகா மலும் வெள்ளத்தால் நிலங்கள் பாழாகாமலும் நீர்ப்பாசன வசதியோடு அணைகட்டிப் புகழ் பெற்ற மன்னன் இராஜ ராஜ சோழன் ஆவன். இவன் கி.பி. 985 முதல் 1013 வரை அரசாண்ட அறிஞன். இவனால் கட்டப்பெற்ற தஞ்சாவூர்ப் பெரிய கோவில் 950 ஆண்டுகளாகியும் நிலைத்து நின்று புத்தம் புதிதாகத் தோன்றி அம் மன்னனுடைடய புகழுடம் பிற்கு உலக மக்களிடையே இன்னும் உயிர் கொடுத்துக் கொண்டிருக்கிறது. இக்கோவில் கட்டுவதற்குப் பெருங்

கற்களைத் தோணிகள் மூலம் கொண்டு வர நமது காவிரி பேருதவி செய்திருக்கிறது.

சிலப்பதிகாரம் என்ற தமிழ்ப் பெருங்காப்பியம் தமிழ் மக்களின் செல்வக் கருவூலமாகும். இந்நூல் தோன்றி இன்றைக்கு 1800 ஆண்டுகள் ஆயின. இந்நூலை இயற்றியவர் சேர நாட்டு இளவரசர். துறவு பூண்டவராதலின் இளங்கோ அடிகள் எனப் பெயர் பெற்றார். இவர் இந்நூலில் காவிரியைக் குறிப்பிடும் பொழுது காவிரிப்பேர் யாறு என்றும், சோழர் தம் தெய்வக்காவிரி என்றும் கூறியிருக்கிறார். கல்வியிற் பெரியராகிய கம்பர் தாம் இயற்றியுள்ள இராமாயணத்தில் காவிரியைக் கங்கையிற் புனிதமாய் காவிரி எனக் கூறியிருப்பது வியப்பைத் தருகிறது. வான் பொய்ப்பினும் தான் பொய்யாது என்பது காவிரியின் சிறப்பைக் காட்டுகிறது.

இத்தகைய சிறப்புகளைப் பெற்று, தெளிந்து, பரந்து, விரிந்து, நீண்டு, ஓடுகின்ற காவிரியாற்றின் தென்கரையில் தான் பெரும் பெயரும்,பெரும் பேறும்,பெரும் புகழும் பெற்ற உறையூர் நகரம் அமைந்திருக்கிறது.

உறையூர் என்பது மக்கள் உறையும் ஊர் என்றும், உறைவதற்கு ஏற்றஊர் என்றும் பொருள்பெறும்.'ஊர்' என்பது பொருள் அமைதியுடைய தமிழ்ச் சொல். மக்கள் கூட்டங்கூட்டமாக ஊர்ந்து சென்று தங்கியவிடங்களுக்கு அக்காலத்து மக்கள் வழங்கிய பெயரே ஊர் என்பதாகும். உறையூர்க்கு உறந்தை எனவும் பெயர் உண்டு. கோழி நகர் எனவும் கூறப்பெறும். உறையூர் தோன்றிய வரலாறு வீரத்தை அடிப்படையாகக் கொண்டிருக்கிறது. ஒரு கோழியானது தன்னையணுகிய யானையோடு போர் செய்து சிறகை விரித்துப் பறந்து, கொத்தி, விரட்டி வென்றதை யறிந்த சோழ மன்னன் அந்தவிடத்தையே தன் இருப்பிடமாகக் கொண்டான் என்பது கோழி நகர் வரலாறு. இளங்கோ அடிகள் சிலப்பதிகாரத்தில் உறையூறைப் பற்றிக் கூறும்பொழுது முறஞ்செவி வாரணம் முன் சமமுருக்கிய புறஞ் சிறை வாரணம் எனக் கூறியிருப்பதும் இவ் வரலாற்றை மெய்ப்பிக்கிறது. காரிக்

கண்ணனார் என்ற பழந்தமிழ்ப் புலவர் ஒருவர் உறையூரை 'அறந்தங்கும் உறையூர்' எனப் புகழ்தங்கக் கூறியிருக்கிறார். காவிரியை அடுத்து உறையூரும், உறையூரை அடுத்து காவிரியும் அமைந்ததினால், இரண்டும் புகழ் பெற்று விளங்கின எனத் கூறலாம்.

உறையூர் சோழ மன்னர்களுக்கு நெடுங்காலம் தலைநகராக இருந்திருக்கிறது. சில காலங்களில் தஞ்சை திருவாரூர், கங்கைகொண்ட சோழபுரம், காஞ்சீவரம், காவிரிப் பூம்பட்டினம் ஆகிய நகரங்களும் தலைநகர்களாக இருந்திருக்கின்றன. கி.பி.இரண்டாம் நூற்றாண்டிலேயே உறையூரிலிருந்து கிழக்கே காவிரிப்பூம்பட்டினத்திற்கும், மேற்கே வஞ்சி நகருக்கும், தெற்கே மதுரை நகருக்கும் வண்டிப் போக்குவரவு, படைகள் போக்குவரவுக்குரிய பாதைகள் செவ்வையாய் அமைந்திருந்தது எனத் தெரிகிறது. தரைப் பாதைகளைப் போலவே ஆற்றுப் பாதைகளையும் போக்கு வரவுக்குப் பயன்படுத்தி வந்திருக்கிறார்கள். 1916-ம் ஆண்டிற் கூட மூங்கில் கட்டுகள் ரோட்டிலிருந்தும் பவானியிலிருந்தும் காவிரி வழியாக திருச்சி வந்து சேர்ந்ததை நான் நன்கறிவேன்.

மதுரையில் இருந்தது போன்ற ஒரு தமிழ்ச் சங்கமும் பல நூல்களும் அக்காலத்தில் உறையூரிலிருந்தன. அரசாட்சி வியக்கத்தக்க முறையில் நடைபெற்றிருக்கிறது. அலெக் சாண்டருக்கும் அசோகருக்கும் கூட உறையூர் தலைவணங்கிய தில்லை. கி.பி.7-ம் நூற்றாண்டில் சோழர் ஆட்சி உறையூரில் வலுக்குறைந்தது. மீண்டும் 846-ல் வீர விஜயாயைச் சோழனால், சோழர் ஆட்சி வலுவாக நிறுவப்பெற்றது. 12-ம் நூற்றாண்டு வரை மிகுந்த புகழ்பெற்று விளங்கியது. மதுரையை யாண்ட முதலாவது மாரவர்ம சுந்தர பாண்டியன் கி.பி. 1225-ல் உறையூரையும் தஞ்சாவூரையும் தீயிட்டுக் கொளுத்தி, வெற்றிபெற்று, திரும்பவும் இவ்வூர்களை சோழர்களிடமே கொடுத்துவிட்டுச் சென்று விட்டான். இவ்வரலாறு திருக்காட்டுப்பள்ளி கல்வெட்டுகளிலும் திருவரங்கக் கல் வெட்டுகளிலும் காணப்படுகின் றன.

பராந்தகன் ஆட்சிக் காலத்தில் உறையூரில் மண்மாரி பெய்ததாகவும், நகர் அழிந்ததாகவும் திரிசிராமலை செவ்வநதிப் புராணம் கூறுகிறது. முதல் பராந்தகன் 907 முதல் 953 வரை ஆண்டிருந்தான். 2-ம் பராந்தகன் 961 முதல் 969 வரையிலும் ஆண்டிருக்கிறான். மண்மாரி பெய்தது எவன் காலத்தில்? எப்படி? என்பதை அறிய முடியவில்லை. சோழனுடைய மனைவி தப்பிப் பிழைத்துக் கரையேறிய விடத்திற்குத்தான் உத்தம் சேரி என்ற பெயர் வந்தது என்பது செவி வழிக் (கர்ணபரம்பரை) கேட்டுவரும் செய்தியாகும்.

16-ம் நூற்றாண்டு மத்தியில் உறையூரை ஆட்சி செய்த சோழன் பாண்டி நாட்டின்மீது படை எடுத்து வெற்றி பெற்றான். தோற்று ஓடிய பாண்டிய மன்னன் விஜயநகர ராஜ்யம் சென்று அடைக்கலம் புகுந்து சோழனோடு சண்டை செய்ய அவர்களை அழைத்துவந்தான். இதன் பயனாக சோழநாடும் பாண்டியநாடும் நாயக்கர் ஆட்சிக்கு உட்பட்டு விட்டது.

உறையூர் நகரத்தில் சோழர் ஆட்சிக்கும் பாண்டியர் ஆட்சிக்கும் 1559-ம் ஆண்டில் முற்றுப்புள்ளி வைக்கப் பெற்றது. தமிழ் மன்னர்கள் ஆட்சி வீழ்ந்த பொழுதே தமிழ் மக்களின் வாழ்வும் வீழத் தொடங்கியது. காவிரியும் உறையூரும் கண் கலங்கின.

1559 முதல் 1736 வரை உறையூர் நாயக்கர் ஆட்சியில் அடங்கியிருந்தது. தென்னாட்டில் விஜயநகர ராஜ்யத்தை முதன் முதலாக நிலை நிறுத்தியவன் விசுவநாத நாயக்க னாவான். திருச்சியில் காணப்படும் மேலக்கோட்டை வாயிலும், ஆண்டார் தெருவில் காணப்படும் கோட்டைச் சுவரும் நாயக்கர்களின் காலத்தில் கட்டப்பெற்றவையாகும். நாயக்கர் வழிவந்த கடைசி அரசி ராணி மங்கம்மாளின் மருகி மீனாட்சியம்மாளிடமிருந்து, திருச்சியும் உறையூரும் ஆற்காட்டு நவாப் இடம் சென்றது.

கி.பி.18-ம் நூற்றாண்டினிறுதியில் உறையூருக்காகப் பிரஞ்சுக்காரருக்கும் பிரிட்டிஷ்காரருக்கும் உறையூரைச் சுற்றிச்

சண்டை நடந்திருக்கிறது. திருச்சிக்குக் கிழக்கே ஒரு மைல் தூரத்தில் சந்தைப் பேட்டை மலை என்று ஒன் றிருக்கிறது. அதன் பெயர் அதுவல்ல. அதன் உண்மைப் பெயர் 'சண்டைபோட்ட மலை' என்பதாகும். ஆங்கிலத்தில் அம்மலைக்குப் "பிரஞ்ச் ராக்" என்று பெயர். இன்றைக்கும் இம்மலை பழமையைப் பாதுகாக்கும் அதிகாரிகளால் பாது காக்கப்பெற்று வருகிறது. 1820-ம் ஆண்டில் கூட உறையூரில் பிரிட்டிஷ் துருப்புகளிருந்தன.

உறையூரில் சுண்டைக்காய்ப்பாறை என ஒன்றுண்டு. அதில் ஒரு சுனையும், சுனை அருகில் ஒரு கல்வெட்டும் இருக்கிறது. அவற்றைப்பற்றி சொல்லப்படும் கதைகள் மிகப் பயங்கரமானவைகளாகவிருக்கின்றன. உண்மை என்ன ? என்று இன்னும் விளங்கவில்லை. இவை ஆராயத் தக்கவை.

பழங்காலத்தில் மட்டுமல்ல, இக்காலத்தில் உறையூர் புகழ்பெற்று வருகிறது. திருச்சியும் உறையூரும் 1866-ல் நகரசபை ஆட்சிக்குட்பட்டது. திருச்சி நகரசபைக்கு உறையூர் இன்னும் தலைநகராக இருந்து வருகிறது. திருச்சி ஜில்லாவுக்குள் நெசவு தொழிலுக்கு உறையூர் புகழ் பெற்ற தாகும். சென்னை மாகாணத்திலேயே கருங்கல் சிற்பத் தொழிலுக்கு உறையூர் சிறந்ததாகும். இந்தியா என்ன? உலக முழுவதற்குமே சுருட்டுத் தொழிலில் சிறந்த பெயர் பெற்று விளங்கிவருவது உறையூரேயாகும். இதுநாரும் கூறியவைகளால் காவிரியும், உறையூரும் பழைமையிலும், புதுமையிலும் புகழ்பெற்றவை என நன்கு விளங்கும்.

வணக்கம்.

('ஆறும் ஊரும்' என்ற தலைப்பில் 24-9-46-ல் பேசியது.)

4. பர்மாவும் அரிசியும்

பர்மா அரிசி என்றதும் என்ன அது? எங்கே இருக்கிறது? எப்போது வரும் என்ற கேள்விகள் நம் நாட்டு மக்கள் கேட்கத் தொடங்கிவிடுவார்கள் என்பதை நான் நன்கறிவேன். அப்படிப்பட்டவர்களுக்கு நான் சொல்லுவதெல்லாம், அவசரப்பட வேண்டாம்; சிறிது பொறுமையாயிருங்கள் என்பதுதான்.

பர்மா அரிசியைப்பற்றி அறிந்துகொள்ளுமுன் பர்மாவைப் பற்றிக் கொஞ்சமாவது அறிந்து கொள்ளவேண்டும். பர்மா என்பது ஒரு அழகான நாடு. அது நம் நாட்டிற்கு வட கிழக்கு மூலையில் உள்ளது. கடல் வழியே 1000 மைல் தொலைவுள்ளது. மலைகளடர்ந்த நாடு, நீர் நிறைந்த நாடு, செழிப்பு மிகுந்த நாடு. தேவலோகத்தில் என்னென்ன பொருள்கள் இருக்கின்றன என்று நாம் கேள்விப்பட்டிருக் கிறோமோ அவைகள் அனைத்தையும் நாம் பர்மாவில் காணலாம். அந்நாட்டின் பரப்பளவு நமது சென்னை மாகாணத்திலும் சிறிது அதிகம் என்றாலும் அந்நாட்டு மக்களின் எண்ணிக்கை ஒன்றேமுக்கால் கோடி சென்னை மாகாணத்தில் நம் தமிழ்நாட்டு மக்களின் எண்ணிக்கை மட்டும் சுமார் இரண்டரை கோடி ஆகும்.

பர்மாவின் அரசாட்சிக் காலம் 5. முதற் காலம் பர்மியர்கள் தங்கள் மன்னர்களால் ஆளப் பெற்ற காலம். இரண்டாவது காலம் அவர்கள் தமிழ்நாட்டு மன்னர்களால் ஆளப் பெற்ற காலம். மூன்றாவது காலம் பிரிட்டிஷ் ஆட்சிக்கு உட்பட்ட காலம். நான்காவது காலம் ஜப்பானிய ஆட்சிக்குட்பட்ட காலம். ஐந்தாவது காலம் பிரிட்டிஷ் ஆட்சிக்கு மறுபடியும் திரும்பிய காலமாகும்.

பர்மா மிகச் சமீப காலம் வரை இந்தியாவோடு இணைக்கப்பட்டிருந்தது. இந்தியாவிலுள்ள பல

மாகாணங்களைப் போல் பர்மாவும் இந்தியாவில் ஒரு மாகாணமாக இருந்தது. சிறிது காலத்திற்கு முன்புதான் அது இந்திய மத்திய ஆட்சியிலிருந்து விலகி ஒரு தனி நாடாகப் பிரிந்து சென்றது. அதன் பிறகுதான் அது பிரிட்டிஷ் ஆட்சியிலிருந்தும் விலகி ஜப்பானுக்கு அடிமைப்பட்டது.

பர்மாவின் மூலப் பொருள்கள் இந்தியாவுக்கு மட்டுமல்ல; உலகிற்கே தேவையாக உள்ளது. எண்ணெய்யும், தேக்கும், நெல்லும் அதன் பெரிய மூலப் பொருள்களாகும். தமிழ் நாட்டிற்கு தஞ்சை, திருச்சி ஜில்லாக்கள் நெற் களஞ்சியமாக இருப்பதைப்போல இந்தியாவுக்கு பர்மாவே நெற்களஞ்சியமாக இருந்து வந்தது. பர்மா நாட்டில் மொத்த ஏற்றுமதியில் சரி பாதியை அது இந்தியாவுக்கு ஏற்றுமதி செய்து வந்தது. இந்திய மக்கள் இறக்குமதி செய்து வந்தனர். தென் அமெரிக்காவிலும், அமெரிக்காவிலும், ஸ்பெயினிலும், இதாலி நாட்டிலும் கூட நெல் விளைகின்றன. என்றாலும், உலகத்தில் அதிகமாக நெல் விளையும் நாடுகள் இந்தியா,பர்மா,சயாம்,இண்டோ சைனா ஆகிய நாடுகள் தான். இதிலிருந்து உலகத்தின் நெற் களஞ்சியம் நாம் வாழ்கின்ற தென்கிழக்கு ஆசியாதான் என நன்கு விளங்குகிறது. உலகிலேயே மக்கள் முதலிலிருந்து கையாண்டு வரும் உணவு அரிசி உணவு ஒன்றேயாகும்.

ஆசியாவில் தென் கிழக்கு நாடுகளிலும் பர்மா நாடு ஒன்று தான் நெல் விளைவில் உலகிலேயே முதன்மை ஸ்தானம் வகித்து வருகிறது. அந்நாட்டிற்கு இயற்கையானது பெருந்துணை செய்கிறது. பெரிய ஆறு, சிறந்த அணைக்கட்டு, நீர் ஊற்று, நில அமைப்பு, நல்ல மழை, அதிக உஷ்ணம் ஆகியவைகள் அங்கு பொருந்தியிருக்கின்றன. இதுவரை கூறியதிலிருந்து பர்மா நாட்டைப்பற்றி ஒருவாறு அறிந்து கொண்டிருப்பீர்களென்று நம்புகிறேன்.

நெல் விளைவைப்பற்றி இனி ஆராய்வோம். பர்மா நாட்டில் செல்வத்திற்கும், வியாபாரத்திற்கும், கைத்தொழிலுக்கும் மூலகாரணம் அந்நாட்டு நெல் விளைவு ஒன்றுதான் எனக்

கூறலாம். அந்த நாட்டில் எந்தப் பாகத்திலும், எந்தப் பூமியிலும் நெல் விளையும். நல்ல நெல் விளைச்சல் உள்ள நாடுகளுக்கு வருடாந்திரம் 50 அங்குல மழை அதிகமான தாகும். ஆனால் அங்கு அதற்கு மேலும் மழை பொழி கிறது. நமது தமிழ் நாட்டில் வருடாந்திர சராசரி மழை 25 அங்குலமேயாகும்.

நமது நாட்டில் நெல் விளைய வைக்கும் முறைக்கும் பர்மா நாட்டில் நெல் விளைய வைக்கும் முறைக்கும் சிறிது வேறுபாடு உண்டு. அவற்றை நம் நாட்டு விவசாயிகள் கவனிப்பது பெரிதும் நன்மை தரும். அங்கு நெல் விதைகளை 24 மணி நேரம் தண்ணீரில் ஊற வைக்கிறார்கள். பிறகு அவ்விதைகளை மற்றும் 24 மணி நேரம் தரையிலோ, கூடைகளிலோ வைத்து இலைகளாலும், தழைகளாலும் மூடி வைக்கிறார்கள். அது முளை கிளம்பத் தயாராகிறது.

10 ஏக்கர் நிலம் சாகுபடி செய்ய வேண்டியவர்கள் ஒரு ஏக்கர் நிலத்தை நாத்து சாகுபடி செய்யப் பக்குவப்படுத்துகிறார்கள். நாத்தங்கால் நிலத்தில் நம் நாட்டைவிட அதிகமாக நீர் தேக்கப்படுகிறது. நிலத்து மண் நன்றாக உழவு செய்யப்பெற்று சிறிதும் புல், பூண்டுகளில்லாமல் கவனிக்கப் பெறுகிறது. அதிகமாகத் தேங்கிய நீரை பூராவும் வடிய விட்டுவிடுகிறார்கள். பக்குவப்பட்டுள்ள நாத்தங்கால் நிலத்தில் முளை கிளம்பியிருக்கிற விதைகளைத் தெளிக்கிறார்கள். ஒரு ஏக்கர் நிலத்தில் 10 கூடை விதைகள் தெளிக்கப்பெறுகின்றன. விதை தெளித்த நான்காம் நாள் ஒரு அங்குல உயரம் நீர் விடுகிறார்கள். 40 நாட்களுக்குள் அது 1-11/2 அடி உயரம் வளர்ந்துவிடுகிறது.

சம பூமியில் சில குண்டுகள் ஒரு ஏக்கர் அளவு வரை இருக்கின்றன. மலைப் பிரதேசங்களில் கால் ஏக்கருக்கு உட்பட்ட குண்டுகளே அதிகமாகும். உழவுக்கு நம் நாட்டு கலப்பைகளும் மாடுகளுமே பயன்படுத்தப் பெறுகின்றன. அதிகமாக உழ வேண்டிய பாகங்களில் மட்டுமே மேல் நாட்டு இயந்திரங்களைக் கொண்டு உழவு செய்யப்படுகிறது. நன்றாக

எரு இடப்பெற்று, ஆழமாக உழுது பக்குவப் படுத்தப் பெற்ற நிலங்களில் நட்டய ஆரம்பமாகிறது. நாத்துக்கள் 1-1/2 அடி உயரம் வளர்ந்ததும் அவை பிடுங்கப் பெற்று, கத்தை கத்தைகளாகக் கட்டப்பெறுகின்றன. பெண்களும் குழந்தைகளும்தான் நடவு வேலைகளைச் செய்கிறார்கள். இதற்காக ஆண்களுக்குத் தரும் கூலி அளவு பெண்களுக்கும் தரப்படுகிறது. நாத்து நடுதலில் 6 முதல் 8 அங்குலம் வரை இடைவெளி விட்டு நடுகிறார்கள். சில பூமிகளில் 12 அங்குலம் இடைவெளி விட்டும் நடுகிறார்கள். நம் நாட்டில் இவ்வளவு இடைவெளி விட்டு நடுவதில்லை.

நெற்கதிர்கள் முற்றி நவம்பர், டிசம்பர் மாதங்களில் அறுவடைக்குத் தயாராகி விடுகின்றன. அதாவது கார்த்திகை மாதம் முழுவதும் அங்கு அறுவடை செய்யும் வேலை நடைபெறுகிறது. இவ்விளைவுக்குப் 'பனிக்கால விளைவு' என்பது பெயர். 100-க்கு 98 பங்குகள் இக் காலத்திலேயே விளைந்து அறுவடை செய்யப்பெறுகின்றன. அறுவடை செய்யும் பக்குவத்தில் நீர் முற்றும் வடிய விடப்பட்டு நிலம் காய் விடப்படுகிறது. கையினால் சிறு கத்தியைக் கொண்டே அறுவடை நடைபெறுகிறது.

அறுவடையான நெற்கதிர்கள் கையினால் அடிக்கப் பெறுகின்றன. மூங்கிற் சல்லடைகள் 5 அடி உயரத்திற்கு மேல் கட்டப்பட்டு சலிக்கப்படுவதால் கருக்காயும் நீக்கப் பெற்று, கல்லும் மண்ணுமின்றி சுத்தம் செய்யப்பட்டு விடுகிறது. இவ்வேலை நம் நாட்டில் நடைபெறுவதில்லை.

இவ்வாறு விளைய வைக்கப் பெறுகின்ற அந்நாட்டு நன்செய் நிலங்களின் எண்ணிக்கை அளவு 125 இலட்சம் ஏக்கராக்களாகும். 1836-ல் அங்கு இருந்த நன்செய் நிலங்கள் 173 இலட்சம். அதிலிருந்து 125 இலட்சம் ஏக்கராக்களாக நன்செய் நிலங்கள் வளர்ச்சியடைந்திருப்பது அந் நாட்டு வேகமான முன்னேற்றத்தையே காட்டுகிறது. இவ் வளர்ச்சிக்கும், விளைவிற்கும் பர்மியர்களின் உழைப்பு

மட்டுமல்ல ; நம் நாட்டு மக்கள் உள்பட வெளி நாட்டு மக்கள் பலருடைய உழைப்பும் ஒரு பெருங் காரணமாகும்.

இனி அரிசி இயந்திரங்களுக்கு

விளைந்த நெற்கள் போவதைப்போல நாமும் போக வேண்டியதுதான். அந் நாட்டு மொத்த விளைவில் 100-க்கு 17 பங்கு உள்நாட்டுத் தேவைக்குப் போதுமானது. அவற்றை அவர்கள் வைத்துக்கொண்டு மீதி 83 பங்குகளை விற்பனை செய்துவிடுகிறார்கள். விற்ற நெல்கள் ஏற்றுமதி செய்யப் பெறுவதில்லை. அவை அரிசியாக்கப்படுவதற்காக இயந்திர சாலைகளுக்குச் செல்லுகின்றன. பர்மாவில் வாய்க்கால் வசதிகள் அதிகம். ஆகவே இயந்திர சாலைகளுக்கு நெற்களைக் கொண்டு போவதற்காக வண்டிப் பாதையையும், வண்டியையும் எதிர்பாராமல் வாய்க்காலையும் படகுகளையும் பயன்படுத்திக் கொள்ளுகிறார்கள். படகுகள் மூலம் அந்நாட்டின் எந்த பாகத்திற்கும் போக முடியும். 150 மைல் தூரத்திலுள்ள இயந்திரசாலை ஒன்றுக்குக் கூட நெற்கள் வாய்க்கால் வழியே செல்லுகின்றன. ஒரு படகு சுமார் 10 டன் நெற்களை ஏற்றிச் செல்லும். அதாவது 500 கூடையாகும். சிறிதளவு நெற்கள்தான் ரயிற் பாதை வழியாக இயந்திர சாலைகளுக்குச் செல்லுகின்றன. அந்தக் காலத்தில் இரயிற் பிரயாணம் செய்யும்பொழுது இரயிற் பாதைகளுக்கருகில் மலை மலையாக நெற்குவியல்களைக் காணலாம். அவைகளின்மீது சூரிய ஒளி படுவது கண் கொள்ளாக் காட்சியாக இருக்கும். மீண்டும் மழைக்காலம் வருவதற்குள் அவைகளை அள்ளி இயந்திர சாலைகளுக்கு அனுப்பிவிடுவார்கள்.

பர்மாவில் முதல் முதலாக அரிசி இயந்திரம் (ஸ்டம் மில்) வைத்தது பெஸ்ஸின் என்னும் இடத்தில்தான். முதலாவது இயந்திரம் வைத்து இன்றைக்கு 86 வருடங்களாகின்றன. அதன் பிறகு 36 வருடங்களில் அதாவது சுமார் 50 வருடங்களுக்கு முன்பு பர்மாவில் 54 மில்களாக வளர்ச்சியடைந்துவிட்டன. இப்போது ரங்கூன் அரசாங்கக்

கணக்கின்படி அங்கு 700 இயந்திர சாலைகளிருக்கின்றன. பர்மாவில் நன்செய் நிலங்கள் வளர்ச்சியடைந்த வேகத்தைவிட இயந்திர சாலைகள் வளர்ந்த வேகம் மிக மிக அதிகமானதாகும். சற்று உயர்ந்தவிடத்திலிருந்து பார்ப்பவர்களுக்கு அந்நாடு அரிசி இயந்திரமயமாகவே தோன்றும். உலகின் எந்தப் பாகத்திலும், எந்த நாட்டிலும் இவ்வளவு அரிசி இயந்திரக் கூட்டங்களை நம்மால் காண முடியாது.

700 மில்களில் 650 சிறியவை. என்றாலும் அவை நாள் 1-க்கு 10, 20 முதல் 100 டன் வரை அரிசி தரும். 40 மில்கள் நடுத்தரமானவை. அவை நாள் 1-க்கு ஒவ் வொன்றும் 400 டன்கள் அரிசி தரும். பிற 10 மில்களும் பெரியவை. இவற்றுள் 1 ரங்கூன் நகரத்தில் இருக்கிறது. அது நாள் 1-க்கு 1500 டன் நெல்களை அரைத்து 1000 டன் அரிசியாகத் தருகிறது. டன் ஒன்றுக்கு சுமார் 127 மூட்டை அரிசியாகும். அதாவது நாள் ஒன்றுக்கு 12 ஆயிரத்தி 500 அரிசி மூட்டைகளைத் தருகிறது. 24 மணி நேரத்தில் 25,000 மூட்டை நெல்களை அது அரைத்துத் தள்ளுகிறது. நம் நாட்டில் நாள் 1-க்கு 500 மூட்டை நெற்களை அரைக்கும் இயந்திர சாலைகளை பெரிய இயந்திர சாலை என அழைத்து வருகிறோம். இதைப்போல் 50 மடங்குகள் அதிகமான நெற்களை அந்த இயந்திர சாலை ஒரு நாளில் அரைத்து விடுகிறது. உலகிலேயே பெரிய இயந்திர சாலை இது ஒன்றேயாகும். இந்த மில்லில் 50 படி நெல்லை சுத்தப் படுத்தவும், உடைக்கவும், அரைக்கவும், மெருகிடவும், தரம் பிரிக்கவும் எவ்வளவு நேரம் வேண்டும் தெரியுமா? 1,2, 3 அவ்வளவு நேரம்தான் பிடிக்கிறது. 60 எண்ணுவதற்குள் அதாவது ஒரு நிமிஷத்துக்கு 17 மூட்டைகள், மணிக்கு 1020 மூட்டைகள். நாள் 1-க்கு 25,000 மூட்டைகளை இந்த ஒரு மில் இந்த 5 விதமான வேலைகளையும் செய்து முடித்துவிடுகிறது. அது மட்டுமா? இயந்திரங்களில் மறைச் சுத்துக்களை சில அளவுகளில் வைத்து அரைப்பதன் மூலம் பல ரகமான அரிசிகளை இந்த இயந்திரமே உற்பத்தி செய்துவிடுகிறது. இம்மாதிரியான பெரிய அரிசி இயந்திரம் ஒன்று உலகில் எப்பக்கத்திலுமில்லை. பெரிய அரிசி இயந்திரம் ஒன்று

வைத்திருப்பதிலும், அதிக அரிசி இயந்திரக் கூடங்களை வைத்திருப்பதிலும், அதிகமாக நெல் உற்பத்தி செய்வதிலும் உலகத்திற்குத் தலைமை வகிக்கும் பெருமை பர்மா நாட்டிற்கே கிடைத்திருக்கிறது எனக் கூறலாம்.

அரிசிகளின் தினுசுகளைப் பாராமல் நாம் இயந்திர சாலைகளை விட்டுப் புறப்படுவது நல்லதல்ல. நம் நாட்டில் கார், சம்பா, சிறுமணி என்று பல ரகங்கள் இருப்பதுபோல அங்கும் பல தினுசுகள் உண்டு. அவற்றுள் 'ங்காசீன்' 'ஏமாட்டா,' 'மிடான்' என்ற மூன்று தினுசுகளே மிக அதிகம். இவற்றுள்ளும் பல உட்பிரிவுகள் உள்ளன. அரிசி இயந்திர சாலைகளில் 6 வகையான புழுங்கலரிசிகளும் 12 வகையான பச்சரிசிகளும் தயார் செய்யப்பெறுகின்றன. இதிலும் பல உட்பிரிவுகள் இருக்கின்றன. இத்தினுசுக்களை மக்கள் தங்களின் அறிவைக் கொண்டும் அனுபவத்தைக் கொண்டுமே கண்டுபிடித்துக் கூறுகிறார்கள். இது தவிர சோதனைக் கருவிகள் எதுவும் இதற்காகக் கையாளப் பெறுவதில்லை. பர்மாவுக்குச் சென்று அங்கு இவைகளைப் பார்த்து வந்த ஒரு ஜெர்மனியன், 'பூதம்தான் பர்மாவில் நெல்லை விளைவிக்கிறது. பூதம்தான் அதைப் பாதுகாக்கிறது. பூதம்தான் அரிசித் தொழிலையும் செய்கிறது' என்று வியப்போடு கூறினான். இச் சொற்களிலிருந்து பர்மாவின் அரிசித் தொழில் மனிதனுடைய அறிவு, ஆற்றல் வலிமைகளுக்கு அப்பாற்பட்டது என்பது அவனுடைய கருத்து என்று நமக்கு நன்கு புலப்படும்.

அரிசி ஏற்றுமதியையும் நம்மால் முடிந்த வரை கவனிக்க வேண்டியதுதான். பர்மா நாடு 1941-ல் தன் னுடைய மொத்த உற்பத்தியில் சரிபாதி அரிசியை வெளி நாடுகளுக்கு ஏற்றுமதி செய்திருக்கிறது. அதாவது 125 இலட்சம் ஏகராநிலத்தில், 70லட்சம் டன் அரிசி உண்டாக அதில் 35 இலட்சம் டன் அரிசியை அது வெளி நாடுகளுக்கு ஏற்றுமதி செய்தது. அதன் விற்பனைத் தொகையோ 33 கோடி ரூபாய்கள். இதிலிருந்து டன் 1-க்கு 95 ரூபாய் என்றும் 50 படி கொண்ட அரிசி மூட்டையின் விற்பனை விலை சராசரி ரூ.7-10-0

ஆகிறதென்றும் நமக்குத் தெரிய வருகிறது. இந்த 35 லட்சம் டன் அரிசியில் 25 லட்சம் டன் அரிசி ரங்கூன் துறைமுக வழியே ஏற்றுமதி செய்யப் பெற்றிருக்கிறது. இதனால் அத்துறைமுகத்தின் முதன்மையும் சிறப்பும் நன்கு விளங்கும்.

பர்மா அரிசியின் பெரிய வாடிக்கைக்கார நாடு இந்தியா தான். பர்மா அரிசியின் ஏற்றுமதியில் 100-க்கு 4 பங்கு வீதம் மேல்நாடுகளுக்குச் சென்றது. 5 பங்கு வீதம் சைனா வாங்கியிருக்கிறது. 6 பங்கு வீதம் ஜெர்மனிக்கு அனுப்பப் பெற்றிருக்கிறது. 8 பங்கு வீதம் பிராங்கும் சிங்கப்பூரும், மலேயாவும் சேர்ந்து வாங்கியிருக்கின்றன. 12 பங்கு வீதம் சிலோனுக்கு ஏற்றுமதி செய்யப் பெற்றிருக்கிறது. இந்தியாவோ 49 பங்கு வீதம் வாங்கி இருக்கிறது. இதிலிருந்து பர்மாவில் நெல் விளைவிக்கும் கைத்தொழிலுக்கும் வியாபாரத்திற்கும் இந்தியா எவ்வளவு முக்கியமானதாக இருந்து வருகிறது என்பதும், இந்திய மக்களின் உணவுக்குப் பர்மா அரிசி எவ்வளவு முக்கியமாக இருந்து வந்திருக்கிறது என்பதும் நன்கு விளங்குகிறது. இந்த இரண்டு நாடுகளுக்குள் உள்ள தொடர்பு எப்போதாவது அற்று விடுமானால், இரு நாடுகளும் துன்பத்தையே அனுபவிக்கும் என்பது சொல்லாமலேயே விளங்கும்.

4 வருட ஐரோப்பியப் போரும். 3 வருட பசிபிக் யுத்தமும், 9 வருட சைனா சண்டையும் வெற்றிகரமாக முடிந்து இரண்டு வாரங்களே ஆகின்றன. நேசக் கட்சியினரின் இப்பெரிய வெற்றியைக் கண்டு உலக முழுதும் மகிழ்ச்சி அடைகிறது. இம்மகிழ்ச்சியில், இந்தியாவுக்கும் பர்மாவுக்கும் பெரும் பங்கு உண்டு என்று மகிழ்ந்து கூறலாம்.

நிலச் சீர்திருத்த வேலைகளும், நெற்பயிர் விளைவிக்கும் வேலைகளும் பர்மாவில் வெகு துரிதமாக நடைபெறுகின்றன. இந்த வருடம் நவம்பர், டிசம்பர் மாத அறுவடைகளில் பெரும் பகுதி அரிசியை 1946, ஜனவரி, பிப்ரவரி மாதங் களில் அது ஏற்றுமதி செய்யும். நாமும் இறக்குமதி செய்வோம் என்று நம்பி எதிர்பார்க்கலாம். இதன்

மூலம் நமக்கும், பாமாவுக்கும் முன்பு இருந்த பழைய நட்புத் தொடர் மீண்டும் இணைக்கப்படுகிறது என மகிழ்ச்சியோடு கூறி, இந்த நல்ல செய்தியை இத்துடன் நிறுத்துகிறேன்.

(29-8-1945-ல் பேசியது.)

5. வியாபாரம்

அன்பர்களே,

வியாபாரம் என்ற தலைப்பில் இன்றைய தினம் உங்கள் முன்பு பேசுகிறேன். யார் வியாபாரி? எது வியாபாரம்? எது வியாபார முறை? வியாபாரிகளால் ஏற்படும் நன்மை தீமைகள் எவை? அரசாங்கத்தின் கடமை எது? என்ப வைகளை விளக்குவதே இன்றைய எனது பேச்சு.

யார் வியாபாரி?

வியாபாரம் செய்பவன் வியாபாரி. வியாபாரி என்றால் திறமையுடையவன் என்றும் கூறலாம். மற்ற துறைகளில் உழைப்பவர்களைவிட வியாபாரிக்கு அதிக திறமை இருக்க வேண்டும். ஒரு வியாபாரிக்கு கைத்தொழில் அறிவும், வேளாண்மை அறிவும், பொருளாதார அறிவும், நிர்வாக அறிவும், அனுபவ அறிவும், அரசியல் அறிவும் இருக்க வேண்டும். இவை அனைத்தும் ஒருங்கே அமையப் பெற்றால் தான் ஒருவன் சிறந்த வியாபாரி ஆக முடியும். இன்றேல், அவன் வியாபாரியாக இருந்தாலும், உண்மையான வியா பாரியாக இருக்க முடியாது.

இனி, அப்படிப்பட்ட ஒரு வியாபாரி பொது ஜனங்களால் போற்றப்பட வேண்டுமானால் மேற்கூறிய அறிவுகள் மட்டும் போதாது. இன்னும் ஒன்று வேண்டும். அதுதான் 'நாணயம்' என்பது, நாணயம் என்ற சொல்லை பெரும்பாலும் பணம் என்பதற்கே வழங்கி வருகிறார்கள். பணம் என்பதும் நாணயம்தான். ஆனாலும் இந்த நாணயம் பணம் அல்ல ' நா- நயம் நாக்கு நயம்தான் நாணயமாகும்.

பொய் பேசாமை, கெடு தவறாமை, கடுஞ்சொல் சொல்லாமை ஆகிய இம் மூன்றும் நா நயங்களாம். இதிலிருந்து ஒரு வியாபாரியின் நா நயமானது உண்மை பேசுவது. கெடுப்படி

நடந்துகொள்ளுவது, இனியவை பேசுவது ஆகிய மூன்றுமே என நன்கு விளங்கும்.

வியாபாரிகளுக்கு அரசாங்கத்தில் அதிக செல்வாக்கு உண்டு. வியாபாரிகள் உழைத்து சம்பாதித்து தொழில் வரி, லைசென்ஸ் வரி, உற்பத்தி வரி, விற்பனை வரி, ஏற்றுமதி வரி, சுங்க வரி, சொத்து வரி, வருமான வரி, அதிக வரி, அமித லாப வரி ஆகிய பல்வேறு வரிகளை அரசாங்கத்திற்குச் செலுத்துகின்றனர். இதனால் அரசாங்கத்தின் ஒரு பிரிவுச் செல்வையே ஈடு செய்வதாகிறது.

மற்றவர்களைவிட அதிகமாக சிந்தனை செய்பவர்கள் விஞ்ஞானிகள் : அவர்களைவிட அதிகமாக சிந்தனை செய்ப வர்கள் வியாபாரிகள். விழிப்பு நிலையில் மட்டுமல்ல; உறக்க நிலையிலும்கூட வியாபாரிகள் சிந்தனை செய்வதுண்டு. ஒரு விஞ்ஞானியின் தொண்டுகளைப் போலவே ஒரு வியாபாரியின் தொண்டுகளும் நாட்டிற்குத் தேவைப்படுகின்றன.

மற்றவர்களைக் காட்டிலும் வியாபாரிகளுக்கு அதிகமாக நாட்டின்மீது பற்றுதல் உண்டு. எனது பொருள். எனது வியாபாரம், எனது சொத்து என்பதிலிருந்தே எனது நாடு என்ற உணர்ச்சியும் வன்மையாக வளர்ச்சியடைகிறது. இதனால், பிறரைக் காட்டிலும் வியாபாரிகளே அதிகமாக நாட்டுப்பற்று உடையவர்கள் எனக் கூறலாம்.

உலகத்தின் பல்வேறு நாடுகளில் உள்ள இன்றைய அரசியல் சபைகள் வியாபாரிகளை அதிகம் கொண்டவைக ளாக இருந்து வருகின்றன. சில அரசாங்கங்கள் வியாபாரிகளின் துணைகொண்டு நடைபெறுகின்றன. இன்னும் சில அரசாங்கங்கள் வியாபாரிகளாலேயே நடத்தப்படுகின்றன. உலகப் பெரும் போர்களிற் பல வியாபாரத்தை அடிப்படை யாகக் கொண்டவைகளாக இருந்திருக்கின்றன. இதனால் உலகிற் சிறந்தவன் வியாபாரி என நன்கு விளங்கும்.

எது வியாபாரம்?

என்பதை ஒருவாறு ஆராய்வோம். கொண்டு, விற்ப தற்குத்தான் வியாபாரம் என்று பெயர். இருக்குமிடத்தில் வாங்கி இல்லாதவிடத்தில் விற்பதும்,விளைந்தவிடத்தில் வாங்கி, விளையாத விடத்தில் விற்பதுமே வியாபாரம்.

தஞ்சை ஜில்லாவில் அதிகமாக விளைந்த நெற்களை வாங்கி கோயமுத்தூர் ஜில்லாவில் விற்பதும், கோயமுத்தூர் ஜில்லாவில் உற்பத்தியான துணிகளை வாங்கி தஞ்சை ஜில்லாவில் விற்பதும் ஒரு நல்ல வியாபாரம்தான். இந்த வியாபாரம் பொது ஜனங்களால் பாராட்டப்பெற்று சிறப் புடையதாகக் கருத வேண்டுமானால், இதில் 'நேர்மை' என்ற ஒன்று சிறப்பாகக் கலந்திருக்க வேண்டும். நேர்மை கலவாத வியாபாரத்தை வியாபாரம் எனக் கூறுவதைவிட சூது எனக் கூறுவதே பொருத்தமாக இருக்கும்.

முகந்து கொடுப்பதிலும் வாங்குவதிலும், அளந்து கொடுப்பதிலும் வாங்குவதிலும், நிறுத்துக் கொடுப்பதிலும் வாங்குவதிலும், எண்ணிக் கொடுப்பதிலும் வாங்குவதிலும் நேர்மையாக நடந்து கொள்ளவேண்டும். உயர்ந்த சரக்குகளில் மட்டச் சரக்குகளைக் கலப்பது நல்லதல்ல. வியாபாரத்தில் நேர்மையைக் கலப்பதுதான் நல்லது. நம்பும்படி சொல்லிவிடுவது நல்லதல்ல. அது திறமையும் ஆகாது. உண்மையைச் சொல்வதுதான் நல்லதாகும்.

வியாபாரம் என்றால் என்ன? என்பதைப்பற்றி இரண் டாயிரம் ஆண்டுகளுக்கு முன்னே ஒரு தமிழ்ப் பெரும் புலவர் மிக அழகாகக் கூறியிருக்கிறார். அது, கொள்வதுவும் மிகை படாது; கொடுப்பதுவும் குறைபடாது என்பதே. இக்காலத்திற் கேற்றவாறு கலப்படங்கள் நடைபெறாது என்பதையும் நாம் சேர்த்துக் கூறிக் கொள்ளலாம். அக்காலத்து கலப்படஞ் செய்வது இல்லை யாதலின் புலவர் கூறாது விடுத்தனர் எனக் கொள்ளுதல் வேண்டும்.

எது வியாபார முறை?

1. ஒரு பொருளை நிறுத்துக் கொடுக்கும்போது தராசுகளின் முனை சிறிது முனைக்கும்படி நிறுத்துக் கொடுப்பது ஒரு வியாபார முறை. தராசின் முனை முன்னுக்கு வருவதால் நிறுக்கும் தொழிலாளி, எழுதும் கணக்காளி, நடத்தும் முதலாளி ஆகிய மூவரும் முன்னுக்கு வருவதுடன் வாங்குபவனும் முன்னுக்கு வருவான். வியாபாரமும் முன்னுக்கு வரும். நாடும் முன்னுக்கு வரும். தராசின் முனை பின்னுக்குப் போய்விடுமானால் யாவும் அடியோடு பின்னுக்குப் போய்விடும் என்பதை யாவரும் அறிந்திருக்க வேண்டும்.

2. ஒரு நல்ல வியாபாரத்திற்கு அதிக மூலதனம் வேண்டும். மூலதனம் இல்லாமல் வியாபாரம் செய்வது கை இல்லாமல் முழம் போட ஆசைப்படுவது போலாம். கடன் வாங்கி தொழில் செய்பவன் முதலாளி அல்ல; அவன் கடனாளி. வேண்டுமானால், கடன்கார முதலாளி எனக் கூறிக் கொள்ளலாம். கடனுக்குப் பயப்பட்டு, வட்டி செலுத்தவும், செலவு செய்யவும், விளம்பரஞ் செய்யவும் பயப்படுகிற காரணத்தினால், கடன்கார முதலாளிகளால் ஒரு நல்ல வியாபாரத்தைச் செய்ய முடிவதில்லை.

3. ஒருவர் வாங்கும் கடனுக்காக மற்றொருவர் உடந்தையாகக் கையெழுத்திடுவது ஒரு கெட்ட வழக்கம் இதற்கு, "ஜாயிண்ட் கையெழுத்து" என்று பெயர். இந்தத் தப்பிதத்தை பிறர் செய்தாலும் வியாபாரிகள் செய்ய கனவிலும் நினைக்கக் கூடாது. பிறர் கெட்டால் அவரோடு போம். வியாபாரி கெட்டால், வியாபாரமும் கெடும். ஜாயிண்ட் கையெழுத்துக்களினால் கெட்டுப்போன வியாபாரிகளும், அழிந்துபோன வியாபார ஸ்தலங்களும், பாழாய்ப்போன குடும்பங்களும் மிகப் பல.

4. இலாபத்தைக் குறைத்துவைத்து விற்பனையை விரி வாக்குவது ஒரு சிறந்த வியாபார முறை. ஒருவன் வீசைக்கு இரண்டணா இலாபம் வைக்கிறான். மற்றொருவன் மணங்குக்கு இரண்டணா இலாபம் வைக்கிறான். விசைக்கு இரண்டணா இலாபம் ளைப்பவன் 10 வீசை விற்று ரூ. 1-40 இலாபம் பெறுகிறான். மணங்குக்கு 0-20 இலாபம் வைப்பவன் 30 மணங்கு விற்று 3--12-0 ரூபாய் இலாபம் பெறமுடிகிறது. இதனால்,குறைந்த இலாப விற்பனை அதிக வருமானத்தையும் அதிக இலாப விற்பனை குறைந்த வரு மானத்தையும் தருவதை நன்கறியலாம்.

5. வந்ததும், விற்றதும், கையிருப்புச் சரக்கும், பற்றும் வரவும்,கை இருப்புக் கணக்கும், யாவும் சுத்தமாக வைத்திருப்பது ஒரு நல்ல முறை. ஒவ்வொரு ஆண்டு முடிவிலும் இருப்புச் சரக்குகளை எழுதி, ஓரட்டுத் திட்டம் கட்டி, இலாப நட்டத்தை மூலதனக் கணக்கில் தாக்கல் செய்து, ஐந்தொகைப் பட்டியல் முடித்து வைப்பதே சரியான வியாபாரக் கணக்காகும்.இப்படிப்பட்ட கணக்கு விற்பனை வரி அதிகாரியாலும், வருமான வரி அதிகாரியாலும் பாராட்டப்பெறும். இன்றேல், கணக்குத் தகசலும், களவும் ஏற்பட்டு, நட்டமும், துன்பமுமே நடைமுறையில் கிடைத்து வரும்.

6. கடை வீதிகளில் போட்டி போட்டுக்கொண்டு மட்டச் சரக்குகளையும், கெட்ட சரக்குகளையும் குறைந்த விலைகளுக்கு விற்றுவருவது சிறந்த வியாபாரம் அல்ல. அதைவிட நல்ல சரக்குகளை தயார் செய்து வைத்துக் கொண்டு உயர்ந்த விலைகளுக்கு விற்றுவருவது சிறந்த வியாபாரமாக இருந்துவரும்.

7.ஒரு நல்ல வியாபார ஸ்தலத்திற்கு அதிகமான மூலதனம்,விரிவான வியாபாரம், உயர்ந்த சரக்கு, நியாயமான விலை, சரியான எடை, சுத்தமான கணக்கு ஆகியவைகள் மட்டும் போதாது. தொழில் நடத்துவோரிடத்தே இனிய சொல்லும் இருத்தல் வேண்டும். எந்தச் சரக்கு

இல்லாவிட்டாலும் இந்தச் சரக்கு இருந்து தீரவேண்டும். இந்த இனிய சொல்லும் சேர்ந்தபோதுதான் அங்கு வியாபார முறைகள் அனைத்தும் ஒரு நல்ல உருவாக அமைகிறது.

இனி வியாபாரியால் ஏற்படும் நன்மை தீமைகளைப் பற்றி ஆராய்வோம்.

வியாபாரி தன்னுடைய இலாபத்தைக் கருதி தஞ்சை ஜில்லா நெல்லைக் கோவையிற் விற்றும், கோவை ஜில்லா துணிகளைத் தஞ்சை ஜில்லாவில் விற்றுமிருக்கலாம். என்றாலும் இந்த வியாபாரத்தினால் நாட்டிற்கு ஏற்பட்ட நன்மைகள் பல அவை: விளைந்த உணவு அழிந்து போக விடாமல் பாதுகாக்கப் பெற்றது

1. இல்லாத மக்களுக்கு உணவு வழங்கியது
2. உள் நாட்டுக் கைத்தொழிலுக்கும் ஆலைத் தொழிலுக்கும் ஆக்கம் தேடியது
3. உள் நாட்டுத் தேவைகளை நிரப்பிவைத்தது
4. பொருள்களை உள்நாட்டிற் குள்ளேயே மாற்றிப் பொருளாதாரத்தைச் சரிப்படுத்திக் கொண்டது
5. அரசாங்கம் அமைதியாக நடைபெற துணை செய்தது
6. நாட்டு நலன் பாதுகாக்கப்பெற்றது.

ஆகியவைகளாம். இவை யாவும் வியாபார நன்மைகள்.

இந்த நன்மைகளைச் செய்வதற்காக அந்த வியாபாரி ஒரு சிறிது இலாபம் அடைவது நியாயம் ஆகும். அவ்வாறு இலாபம் அடைய அவருக்கு உரிமையும் உண்டு. என்றாலும், இந்த இலாபம் ஒரு வரம்பிற்கு உட்பட்டதாக இருக்க வேண்டும். வரம்பு கடவாத இலாபத்திற்குதான் 'இலாபம்' என்று பெயர். வரம்புகடந்து விட்டால் அதற்கு 'இலாபம்' என்று று பெயர் அல்ல. 'கொள்ளை' என்று ஆகிவிடுகிறது. இலாபம் வரம்பு கடந்து, கொள்ளையாக மாறும்பொழுது, வியாபாரியும் வரம்பு கடந்து கொள்ளைக்காரனாக மாறி விடுகிறான்.

தேவையில்லாதபோது சரக்குகளைச் சேகரித்துத் தேவைப்படுகிறபோது செலவு செய்வதால் நாட்டிற்கு நன்மை ஏற்படுகிறது. ஆனால் தேவைப்படுகிறபோது பொது ஜனங்களுக்கு கிடைக்கவிடாமல் சேகரித்து வைப்பதால் நாட்டிற்குத் தீமை ஏற்படுகிறது. சரக்குகளை மறைத்து வைப்பது மோசம். மக்களை ஏமாற்றுவது வஞ்சகம். மறைவாக விற்பது இருட்டு விற்பனை. கணக்கு எழுதாது விற்பது திருட்டு விற்பனை. வியாபாரியும் கொள்ளைக் காரனாகி, வியாபார ஸ்தலமும் வழிப்பறி இடமாக மாறி விட்டால் நாட்டிற்கு ஏற்படும் தீமைகளைச் சொல்லவா வேண்டும்?

இப்படிப்பட்ட ஒரு வியாபாரி நாட்டிற்கும், மக்களுக்கும். அரசாங்கத்திற்கும் கேடு செய்வதோடு நில்லாமல், வர்த்தகத் துறைக்கும் கேடு செய்து, தன் கடைக்கும் கேடு தேடி, தனக்கும் கேடு தேடிக்கொள்கிறான். இதனால் நல்ல வியாபார முறையால் நாட்டிற்கு நன்மையும், கொடிய வியாபார முறையால் நாட்டிற்குத் தீமையும் ஏற்படுவது நன்கு விளங்கும். சாதாரண காலத்திலேயே இதைத் தீமை என்று கூறுவதானால் யுத்த காலத்தில் இதைக் 'கடுந் தீமை' எனக் கூறியாக வேண்டும்.

நியாயமான விலைக்குப் பசியால் வாடும் மக்களுக்கு உணவு விற்க மறுப்பதும், பிரசவ வேதனைப்படுவோர்க்கு மருந்து விற்க மறுப்பதும் சில வியாரிகளுடைய செயல்கள். அதிக விலைக்கு விற்று, தான் மட்டும் அதிகம் பொருள் தேட, தன் வாய் ருசிக்கும்படித் தின்ன, தன் வயிறு பெருக்க, தன் பெண்டு பிள்ளைகள் வாழ எண்ணி, ஊராரின் பெண்டு பிள்ளைகளை உணவு கொடுக்க மறுத்துக் கொல்லுவதும், மருந்து கொடுக்க மறுத்துக் கொல்லுவதும் எவ்வளவு கொடுமையான செயல்கள்? இப்படிப்பட்ட வியாபரிகள் கொள்ளைக்காரர்கள் என்பதிலிருந்து விலகி கொலைகாரர்களாகவும் மாற ஆசைப்படுகிறார்கள் போலும். இத்தகைய வியாபாரிகளை தீமையிலிருந்து விலக்கி, நல்ல வழியில் நடக்கச் செய்ய வேண்டியது அந்தந்த நாட்டு அரசாங்கத்தின் கடமையாகும்.

நம் நாட்டைப்பொருத்த வரையில் அரசாங்கத்தினர் இக்கொடுமைகளை ஒழித்து மக்களைக் காபாற்றத் தகுந்த நடவடிக்கைகளை எடுத்துக் கொண்டிருக்கின்றனர். அந் நடவடிக்கைகள் 4 பெரும் பிரிவுகளைக் கொண்டதாகும்.

முதற் பிரிவு உணவுப் பொருட்கள் எல்லோருக்கும் கிடைக்குமாறு பங்கு விகிதப்படுத்திக் கொடுக்கச் செய் திருப்பது. இரண்டாவது பிரிவு வெளிநாட்டு இறக்குமதிப் பொருள்களை இறக்குமதியான துறைமுகத்தில் அடக்க விலைக்குமேல் யுத்த காலத்திற்கு முன் என்ன இலாபம் வைத்து விற்றார்களோ அதே இலாபம் வைத்து விற்கச் செய்திருப்பது. மூன்றாவது பிரிவு உள்நாட்டு உற்பத்திப் பொருள்கள் எல்லாவற்றையும் 100-க்கு 20-க்கு மேல் இலாபம் வைக்காமல் விற்கும்படிச் செய்திருப்பது. நான் காவது பிரிவு மேற்கூறிய முப்பிரிவுப் பொருள்களிலும் மக்களுக்கு அவசியம் தேவைப்படுகிற பொருள்களைத் தேர்ந்தெடுத்து, அவற்றிற்கு விலைகளைக் கட்டுப் படுத்திக் கூறி அந்தக் கட்டுப்பாட்டு விலைக்கே விற்கச் செய்திருப்பது. இவை நான்கும் சிறந்த முறைகளில் வேலை செய்கின்றன. இவைகளைக் கவனிக்க சிவில் சப்ளை இலாகா என ஒரு புதிய இலாகாவை ஏற்படுத்தியிருக்கின்றனர். இந்த இலாகாவில் தலைமை அதிகாரிக்கு சிவில் சப்ளை கண்ட்ரோல் ஜெனரல் என்று பெயர். இவ் அதிகாரிக்கு புதிய அவசரச் சட்டப்படி பல அதிகாரங்கள் வழங்கப் பெற்றிருக்கின்றன.

ஒரு வியாபாரியைக் கொடுக்கல் வாங்கல் சம்பந்தமான கணக்கு வைக்கும்படியும், வியாபார சம்பந்தமாக எல்லாத் தகவல்களையும் பதிவு செய்து வரச் செய்யவும், விரும்புகிற போது கணக்குகளைப் பார்வையிடவும், ஒரு கெஜட்டட் ஆபீசரை எந்த வியாபாரஸ்தலத்திலும் நுழைந்து சோதனை போடச் செய்யவும். சந்தேகத்தின் பேரில் சரக்குகளைக் கைப்பற்றும்படியும், இறக்குமதியாகும் பொருள்களுக்கு அடக்கவிலையை நிர்ணயஞ் செய்யவும், தேவையான ஊர் களுக்குச் சரக்குகளை அனுப்பிவைக்கும்படியும், குறிப்பிட்ட நபருக்கு விற்கும்படிச் செய்யவும், வினியோகத்தை கட்டுப்

படுத்தும்படிச் செய்யவும் உத்திரவிட இந்த அதிகாரிக்கு முழு அதிகாரமுண்டு.

குற்றம் செய்தவர்களை உடனுக்குடன் விசாரித்து அவர்களுக்குத் தனித்தனியே அபராதம் விதிக்கவோ, சரக்குகளைப் பறிமுதல் செய்யவோ, 5 வருடம் வரை சிறைத் தண்டனை விதிக்கவோ இம் மூன்றையும் சேர்த்து ஒரே சமயத்தில் விதிக்கவோ இந்த அவசரச் சட்டம் அனுமதி யளிக்கிறது.

கடையின் உள்ளிருக்கும் சரக்குகளைக் கடையின் முன் எழுதி வைக்காதிருப்பதும், கட்டுப்பாட்டு விலைக்கு விற்க மறுப்பதும், கட்டுப்பாட்டு விலைக்குமேல் விற்பதும், விற்ற விலைக்கு பட்டியல் கொடுக்க மறுப்பதும், சரக்குகளை அபரிமிதமாகச் சேகரித்து வைப்பதும், கொள்ளை இலாபம் அடிப்பதும் ஆகியவைகள் இச்சட்டப்படி பெருங் குற்றங்களாகும்.

இக் குற்றங்களுக்காக 500, 1000, 2000, 5000, 10,000 ரூபாய்கள் அபராதமும் 1 வாரம் 1 மாதம் 3 மாதம் 6 மாதம் சிறைத் தண்டனைகளும் அளிக்கப்பெற்று வருகின்றன. இவற்றை நீங்கள் தினந்தோறும் தினசரிப் பத்திரிகைகள் மூலம் பார்த்தும், வானொலி மூலம் கேட்டும் வந்திருக்கலாம். கடந்த அக்டோபர் மாதம் 13-ந் தேதி யன்று கராச்சியில் ஒரு வியாபாரிக்கு 15,000 ரூபாய்கள் அபராதமும் 6 மாதக் கடுங்காவல் தண்டனையும் விதிக்கப் பெற்றது. சில நீதி மன்றங்களில் ஒரு பைசா அதிகம் விற்ற குற்றத்திற்காக ரூ.500 அபராதம் விதிக்கப் பெற்றிருக்கிறது. இங்கு மட்டுமல்ல ; இது போன்ற சட்டங்கள் உலக முழுதுமுள்ள எல்லா நாடுகளிலும் அமுலிலிருப்பதாகத் தெரிய வருகிறது.

இத்தகைய குற்றங்களைச் செய்ததற்காக அமெரிக் காவில் சில வியாபாரிகள் ஆயுள்வரை சிறைத் தண்டனை அடைந்திருக்கின்றனர். வேறு பல நாடுகளில் வியாபாரிகள் தங்கள் சொத்துக்களை இக் குற்றங்களுக்காக இழந்திருப்

பதாகவும் தெரிய வருகிறது. இவைகளைப் பார்க்கும்பொழுது நம் நாட்டில் இச்சட்டம் கடுமையானதாக இல்லையெனத் தோன்றும்.

நாட்டு நலனைக் கருதியும், மக்களின் நல் வாழ்வைக் கருதியும் அரசாங்கத்தினர் வியாபாரிகளை எச்சரித்து வருகின்றனர். பத்திரிகைகள் மூலமாகவும், வானொலி மூலமாகவும் பிரசாரமும் செய்து வருகின்றனர். போதுமான பலன் கிடைக்கவில்லை. விரைவில் கிடைக்காவிடில் குற்றம் செய் தவர்களுக்குத் தண்டனைகளை அதிகமாக்கக்கூடும் என நம்பப்படுகிறது. அத் தண்டனைகள் குற்றம் செய்த வியாபாரியின் சொத்துக்களைப் பறிமுதல் செய்வது, குற்ற வாளியின் வியாபார லைசென்சை ரத்து செய்வது, குற்றவாளி எந்த வியாபாரமும், எவர் பெயராலும் செய்ய முடியாமற் செய்வது ஆகியவைகளாக இருக்குமோ என அஞ்ச வேண்டி இருக்கிறது.

தவறான பாதையில் நடக்க முயற்சிக்கும் வியாபாரிகளை எச்சரிப்பதும், தவறு செய்யும் வியாபாரிகளை உடனே போலீசுக்கு அறிவித்து தண்டிக்கும்படிச் செய்வதும் பொது ஜனங்களின் நீங்காக் கடமைகளாகும். சட்டங்களை அமுல் நடத்த பொதுஜன ஒத்துழைப்பு அரசாங்கத்திற்குப் பெரிதும் துணை செய்கிறது. பொது ஜனங்களும் அவசியத்தை உத்தேசித்து அதிக விலை கொடுத்து வாங்கிவிடாமல், அர சாங்கத்திற்கு அறிவித்து உள்ள விலைக்கே வாங்குவதில் பிடிவாதமாக இருக்கவேண்டும். இப்படிச் செய்தால் இக் கொடுமை விரைவில் ஒழிந்துவிடும்.

ஒழுங்கான வியாபாரிகளைக் கொண்ட நாடுதான் நல்ல நாடாகும். நாட்டின் நலத்திற்குத் தொண்டு செய்ய பிறரைக் காட்டிலும் வியாபாரிகளே அதிகம் கடமைப்பட்டவர்கள். அதிக உரிமையுடையவர்களும் அவர்களேயாவர். அதிக ஆற்றல் படைத்தவர்களும் வியாபாரிகளே ஆவர். அத்தகைய அன்பர்களை நான் வேண்டிக்கொள்வதென்ன வெனில், யுத்தத்தால் பாதிக்கப்பெற்று, குறை உணவு உண்டு, அரை

வாழ்வு வாழும் ஏழை மக்களைக் கொண்ட நம் நாட்டிற்கு இக்காலத்தில் தங்களாலியன்ற உதவிகளைச் செய்யுங்கள். உதவிகளைச் செய்ய முடியாவிடில், தீமைகளையேனும் செய்யாதிருங்கள் என்பதுதான். இந்த வேண்டுதலுடன் வியாபாரம் என்ற இப் பேச்சை நிறுத்திக்கொள்ளுகிறேன்.

நாடும் தொழிலும் நல்ல வணிகமும்,

ஏழை மக்களின் இன்னுயிர் வாழ்வும்

ஆளும் அரசும் அவனியின் விளைவும்

நாளும் செழிக்க நல்வாழ்வு வாழ

நாமனை வரும் நலமாய் வாழ்த்துவோம்

வாழ்க வணிகம் வளம் பல பொழிந்து.

வணக்கம்.

(8-4-45-ல் நிகழ்த்திய சொற்பொழிவு இது.)

6. பொங்கல் விழா

ஆண்டுகள் தோறும் தை பிறந்த முதல் நாளிலே நாம் பொங்கல் விழாவைக் கொண்டாடி வருகிறோம். இப்பரந்த உலகில் இவ் விழாவைக் கொண்டாடும் வழக்கம் தமிழ் நாட்டிலும் அதைச் சார்ந்துள்ள இடங்களிலும் மட்டுமே காணப்படுகிறது. இவ்வழக்கம் தோன்றிய காலத்தைத் திட்டமாகக் கூற முடியவில்லை என்றாலும் 2,000 ஆண்டு களுக்கு முன்புகூட இவ்வழக்கம் நம் தமிழ் நாட்டில் இருந் திருக்கிறது என்று நன்கு தெரிகிறது.

இப் பொங்கல் விழாவைக் கொண்டாடும் காலமானது சூரியன் தென்கிழக்கில் உதிப்பதிலிருந்து மாறி வடகிழக்கி லிருந்து உதிக்க நோக்கி, திசை திரும்பும் காலம். நல்ல மழை பெய்து நாடு சிறப்பெய்தியிருக்கும் காலம். பூவும். பிஞ்சும், காயும், கனியும் பொலிவுபெற்று விளங்கும் காலம். பனிக்காலத்திற்கும், வேனிற்காலத்திற்கும் இடைப்பட்ட காலம். செந்நெல்லும், தீங்கரும்பும் விளைந்து வீட்டிற்கு வந்து சேருங்காலம். உழைத்த மக்கள் ஓய்வு பெறுங்காலம். மணப்பருவமுற்ற மக்கள் மணம் பெறத் தொடங்கும் காலம் ஆகும்.

இந்த அருமையான காலத்தில்தான் பொங்கல் விழா கொண்டாடப் பெறுகிறது. இந் நன்னாளிலே வாழும் இடங்கள் அனைத்தும் தூய்மைப் படுத்தப் பெறும். மண் பூசுதலையும், சுண்ணாம்பு அடித்தலையும் எல்லோர் இல்லத் திலும் காணலாம். பழைய பொருள்கள் அப்புறப்படுத்தப் பெறும். குப்பை கூளங்கள் எரிக்கப் பெறும். புதுப் பொருள்கள் கையாளப் பெறும். இதனால் மனையும் புது மனையாகத் தோன்றும்; சுருக்கமாகக் கூறுமிடத்து மக்கள் தங்கள் வாழ்வையே புது வாழ்வாகத் தொடங்குவர் எனக் கூறலாம்.

புதிதாக விளைந்து வீட்டிற்கு வந்த நெல்லானது, அரிசி யாகும். புதிதாக விளைந்து வந்த கரும்பும் சர்க்கரையாகும். பாலையும், நெய்யையும் பசுவும் தன் பங்காகக் கொடுக்கும். அழகிய பெண்கள் புனலில் மூழ்கி, புது ஆடை அணிந்து, பூக்களை முடித்து, புதுவளை பூண்டு, இவைகளை புதுக் கலத்திலே ஒன்றாகச் சேர்த்து, பொங்கலாகப் பொங்கி வழங்குவர். ஆடவர் அருந்தி மகிழ்வர். ஏழை மக்களுக்கு அன்பு கலந்து வழங்கியும் மகிழ்ச்சிப் பெருக்கடைவர்.

உழைத்த மக்கள் ஊதியமாகவும், வறுமை வாய்ப்பட்டவர்கள் கொடையாகவும் நெல்லும், கரும்பும் பெறுவர். ஏழை மனையிலும் செல்வர் மனையிலும் இந்நாளில் பொங்கல் பொங்கும். யாவரும் இனிப்புச் சோற்றை உண்டு இன்பத்தில் திளைப்பர். உழைத்த மக்கள் தங்கள் முயற்சியில் வெற்றி பெற்றதை எண்ணி மகிழ்ச்சியடையும் திருநாளே இத் திருநாள். நெற்கதிரும், தீங்கரும்பும் வயல்களில் முற்றி யிருக்கும்போது ஆண்களின் உள்ளம் மகிழும்; அதைவிட அதிகமாகவே பொங்கல் குதித்துப் பொங்கும்பொழுது பெண்களின் உள்ளம் பொங்கி எழுந்து மகிழும்.

இப் பெருநாளும், திருநாளும் ஆகிய நந்நாளில் தமிழ்ப் பெருமக்கள் தங்கள் தங்களின் மக்கள், மருமக்கள், உற்றார் உறவினர் ஆகிய அனைவரையும் அன்போடும். முறையோடும் அழைத்து தங்கள் மகிழ்ச்சியில் அவர்களையும் பங்குபெறச் செய்து மகிழ்வார்கள். குடும்பத்திலுள்ள பெரியவர்களைக் கிழக்கு நோக்கி நிறுத்தி அவர்களின் திருவடி களில் அக்குடும்பத்தார் அனைவரும் வணங்கி எழுவார்கள். பெரியவர்கள் இளையவர்களுக்கு நல்வாழ்த்துக் கூறி மகிழ்வார்கள். இது பொங்கல் திருநாளின் சிறந்த வழக்கமாகும். அறிவு நிரம்பிய பெரிய குடும்பங்களில் நடைபெறுகிற இந்நிகழ்ச்சியானது எவர்க்கும் கண்கொள்ளாக் காட்சியாக இருக்கும். இந்நாளில் அருகில் இல்லாமல் தொலைவில் இருக்கின்ற உறவினர்களுக்கும் நண்பர்களுக்கும் வாழ்த்துச் செய்திகளை அனுப்புவார்கள். அவ்வாழ்த்துதல் அக்குடும்பத்தினரை மட்டும்

வாழ்த்துவதாயிராமல் மிகவும் பரந்து விரிந்த நோக்கத்துடன் வாழ்த்துவதாயிருக்கும். இந்நாளில் பலரும் தங்கள் எண்ணத்தையும், நோக்கத்தையும் நிறைவேற்றி வைக்க வேண்டுமென கடவுளையும் பெரியவர்களையும் வேண்டுவது உண்டு. நண்பர்களையும் அவ்வாறு விரும்புங்கள் என வேண்டுவதும் உண்டு. நாடு, மொழி, மக்களை வாழ்த்துவதும் உண்டு. அப்படிப்பட்ட பொதுவான வாழ்த்துதல் ஒன்றை இப்போது நான் எடுத்துக் காட்டுகிறேன்.

'தமிழர் திருநாள்'

வாழிய பொங்கல் வாழிய தமிழ்மொழி
வாழிய தமிழகம், வாழிய மக்கள்
மஞ்சளும் இஞ்சியும் வானுயர் கரும்பும்
செந்நெல் அடிசிலும் தீங்கனி பிறவும்
நிலமகள் தந்த வளனெனப் போற்றும்
செந்தமிழ்த் திருநாள் சிறப்புற வந்ததால்
பொங்குக பொங்கல் எங்ஙணும் நன்குற ;
தமிழ்மொழி தமிழ்க்கலை தமிழர் தம்நாடு
உரிமை பெற்று உலகினில் மிளிரவும்
ஆண்மை சிறக்கவும், அறம்பல பெருகவும்
நாடும் மக்களும் நலமெலாம் பெறவும்
வாழிய பொங்கல் வளம்பல பொழிந்தே

என்பதாகும்.

இதோடு இப்பொங்கல் விழாவில் முதல் நாள் விழா முடிவு பெறுகிறது. அடுத்த நாள்.

நெல்லும் கரும்பும் விளைந்து வீட்டிற்கு வந்தது மக்கள் உழைப்பினால் மட்டுமா? அல்ல; மாடும் இவ்விளைவிற்கு சரி பங்கு உழைத்திருக்கிறது. ஆகவே மக்கள் பொங்கல் விழாவைப் போலவே, மாட்டுப் பொங்கல் விழாவும் மறுநாள் கொண்டாடப்படும். மாட்டுக் கொட்டில்களைத் தூய்மைப் படுத்தி, மாடுகளைக் குளிப்பாட்டி, அவற்றிற்கும் வண்ணம் பூசி, பூவும், பொட்டும் இட்டு, அன்றும் புதுப்

பொங்கல் பொங்கி, ஆடவரும், பெண்டிரும் இரு கைகளாலும் இனிப்புச் சோற்றை அள்ளி, அள்ளி அவைகளுக்கு ஊட்டி மகிழ்வர். மக்களைப்போலவே மாடுகளும் தங்கள் உழைப்பின் பலனை உண்டு மகிழும்படிச் செய்வதுதான் மாட்டுப் பொங்கல் விழாவின் கருத்தாகும். இத்துடன் பொங்கல் விழா முற்றுப் பெறுவதில்லை.

நெல்லும் கரும்பும் விளைந்து வந்தது தன் உழைப்பினால் தான் என்று மனிதன் நினைப்பானாம். தன் உழைப்பினால் தான் விளைந்தது என்று மாடும் எண்ணுமாம். மனிதனைவிட தனக்கு அதிக வலிமை உண்டென்று மாடு நினைக்குமாம். மாட்டைவிட தனக்கு அதிக வலிமை உண்டென்று மனிதன் நினைப்பானாம். இதில் எது சரி? எப்படி முடிவு கட்டுவது ? இதன் முடிவை கண்டுபிடித்துக் கூறுவதற்காகத்தான் மூன்றாம் நாள் சல்லிகட்டும் விழா நடைபெறுகிறது.

திறந்த வெளிகளிலே காளைகளை அவிழ்த்துவிடுவார்கள். அக்காளைகளை இளைஞர்கள் விரட்டிப் பிடிப்பார்கள். பிடிபட்ட காளைகளின் கொம்புகளில் கட்டப்பெற்றுள்ள பொருள்களைப் பிடித்த இளைஞர்கள் பரிசாகப் பெறுவார்கள். இக்காட்சிகளைப் பெண்டிரும் பிள்ளைகளும் பெரியோரும் கண்டு களிப்பார்கள். காளைகளை அடக்கும் காளைகளையே கன்னிப் பெண்கள் கணவனாக ஏற்பார்கள். இவ்வழக்கம் இன்றும் சில கிராமங்களில் கையாளப்பெற்று வருகிறது. பிடிபடுவதற்காக என்று மாடுகளும் பிடிப்பதற்காக என்று மக்களும் பல கிராமங்களுக்குச் சென்று வருவது உண்டு. இந்த நாட்களில் அந்தந்த கிராமங்களில் வீரங்கலந்த ஒரு தனியழகு தோன்றும். மனிதனை அடக்க மாடும், மாட்டை அடக்க மனிதனும் போராடுகிற துணிகரக் காட்சியானது வீரத்தின் உச்ச நிலையை நமக்கு அறிவிக்கும்.

முடிவு

2000 ஆண்டுகளுக்கு மேலாக இவ்விழா நடை பெற்று வந்தும் கூட வெற்றி பெற்றது மாடா? மனிதனா ? என்ற முடிவிற்கு

இன்னும் வர முடியவில்லை. மாடுகளை அடக்கிய மனிதர்களும், மனிதர்களை அடக்கிய மாடுகளும் உண்டு. முடிவு கூறுவது எளிதல்ல என்றாலும் கூறலாம். வாழ்வுக்கு உதவுவது ஆணா? பெண்ணா? உழவுக்கு உதவுவது மாடா? மனிதனா? என்ற கேள்விக்குப் பதில் என்ன? ?

ஆணும் பெண்ணும் சேராவிடில் வாழ்வு இல்லை; மாடும் மனிதனும் சேராவிடில் உழவில்லை என்பது தானே. ஆம் அதுதான் முடிவு. இவ்வுண்மையை நமக்கு அறிவிப்பதற்காகத் தான் மாடு, மனிதன், கலப்பை இவை மூன்றும் சேர்ந்த ஏர் ஒன்றை ஒரு உயிராகக் கற்பனை செய்து அதற்கு

கால்பத்து, கண் ஆறு, வாலிரண்டு, வயிறு மூன்று

என ஒரு புலவர் கூறியிருக்கிறார். இதனால் உழவுத் தொழில் என்பது மாடும் மனிதனும் சேர்வதே என நன்கு விளங்கு கிறது. இப்பொங்கல் விழாவானது இல் வாழ்வைச் சிறப்பித்து நல் உழவைப் போற்றி, வீரத்தைப் பாராட்டுகிறது. அது மட்டுமல்ல. உழைப்பையும்,வாழ்வையும், வீரத்தையும் ஒன்றாகவே பிணைத்துக் காட்டுகிறது. பல்லாயிரம் ஆண்டுகளுக்கு முன்பு இச்சிறந்த கருத்துக்களை உள்ளமைத்து இப்பொங்கல் பெருநாளைக் கொண்டாடச் செய்த முன்னோர் களின் அருஞ்செயலை கருத்தூன்றிக் கவனிக்கும் பொழுது நமது உள்ளம் மகிழ்ச்சிப் பெருக்கை அடைகிறது.

இத்திருநாளில் 'பொங்கல் பொங்குக' என்று வாழ்த்துவது வழக்கம். இது பொங்கற் சோற்றை மட்டும் குறித்துக் கூறுவதல்ல. இது பல் பொருள்களை உள்ளடக்கியது. பண்டைக் காலத்தில் ஔவை மூதாட்டி சோழ மன்னனை வாழ்த்தும்போது, வரப்புயர' என்று மட்டுமே வாழ்த்தினாள்.

வரப்புயர நீர் உயரும், நீர் உயர நெல் உயரும் நெல் உயரக் குடி உயரும், குடி உயரக் கோன் உயர்வான்

என்பது அதன் பொருள். அதுபோலவே பொங்கல் பொங்குக, என்பதிலிருந்து நாடு செழிக்க வேண்டும்; மழை பொழிய

வேண்டும். நீர் நிறைய வேண்டும். உரம் பெருக வேண்டும். உழைப்பு வலுக்க வேண்டும். விளைவு சிறக்க வேண்டும். வீட்டிற்கு வந்து சேரவேண்டும். மனைவி மக்கள் மகிழ்ந்து பொங்குகின்ற பொங்கல் பொங்க வேண்டும் என்று யாவுங் கூறியதாகப் பொருள்படும்.

இரண்டாம் நாள் பட்டிப் பெருக வேண்டும். பால் பானை பொங்க வேண்டும் என வாழ்த்துவார்கள். பட்டிப் பெருகினால் உரம் பெருகும் என்பதும் பால் பானை பொங்கினால் மனைவாழ்வு பெருகும் என்பதும் கருத்து.

பொங்குதல் என்பது பெருகினால் அன்றி நிகழாது. நீர் பெருகினால் பொங்கும். பால் பெருகினால் பொங்கும். சோறு பெருகினால் பொங்கும். மனம் பெருகினால் பொங்கும் இதனால் பொங்க வேண்டுமென்று வாழ்த்துவது பெருக வேண்டும் என்று வாழ்த்துவதாகவே இருக்கிறது. ஆகவே தமிழ்நாட்டுப் பெருங்குடி மக்களாகிய நாம் பொங்கத் பெருநாளும்,தமிழ்த்திருநாளும் ஆகிய இந்நாளில் ஒருவருக் கொருவர் பொங்கல் வணக்கம் கூறி பொங்குக பொங்கல் என்று வாயாரக் கூறி வாழ்த்துவோமாக.

நாடும் மழையும் நலமாய்ப் பொங்கட்டும்
விளைவும் உழைப்பும் விரைவாய்ப் பொங்கட்டும்
கல்வியும் அறிவும் கலந்து பொங்கட்டும்
கைத்தொழில் வாணிபம் கருத்தாய்ப் பொங்கட்டும்
சிறப்பும் செல்வமும் சேர்ந்து பொங்கட்டும்
உண்மையும் ஒழுக்கமும் ஓங்கிப் பொங்கட்டும்
அன்பும் அறமும் அழகாய்ப் பொங்கட்டும்
பசியும் பிணியும் பறந்து ஒழியட்டும்
வீரமும் ஆண்மையும் விரைந்து பொங்கட்டும்
ஒற்றுமை வலிமை உயர்ந்து பொங்கட்டும்
அன்னியன் படையெடுப்பு அழிந்து ஒழியட்டும்
அனைவர் உள்ளமும் மகிழ்ந்து பொங்கட்டும்
பொங்கட்டும்... பொங்கட்டும்.

எங்கும் பொங்கட்டும் வாழிய பொங்கல்......

வணக்கம் பல.

(13--1- 45-ல் வாழ்த்தியது)

7. ஐப்பான் மெயின் காம்ப்!

அன்பர்களே ! உங்களிற் பலர் ஜெர்மனியின் மெயின் காம்பைப் பற்றி அறிந்திருக்கக்கூடும். ஆனால், ஜப்பானுடைய மெயின் காம்பைப் பற்றி அறிந்திருக்க வழியே இல்லை. ஏனெனில், அது அவ்வளவு முன்னேற்பாட்டுடன் மறைவாக பாதுகாக்கப் பெற்றிருந்தது. அதன் சுருக்கத்தை உங்களுக்குச் சொல்லுவதும், அந்நாட்டு அரசியற் குணஞ் செயல்களை விளக்குவதுமே இன்றைய எனது பேச்சாகும்.

'தனகா மெமோரியல்' என்றாலும், 'ஜப்பானின் மெயின் காம்ப்' என்றாலும் இரண்டும் ஒன்றேயாகும். தின்கா என்பவர் ஜப்பானிய ராஜ்ஜியத்தின் முதல் மந்திரியாக 1927-ல் இருந்தவர். அவர் எழுதி வைத்த அறிக்கையே தனகா ஞாபகச் சின்னமாகக் கருதப்பட்டு வருகிறது. அவ்வறிக்கையே ஜப்பானுடைய போர்க் கொள்கையாகவும், போர்த்திட்டமாகவும் விளங்குகிறது. அது சக்ரவர்த்தி மீஜி அவர்களால் ஒப்புக்கொள்ளப் பெற்று, கையாண்டு வந்து, நமக்கு விட்டுப் போயிருக்கிற திட்டமாகும் என்று மந்திரி தனகா அவர்கள் வற்புறுத்திக் கூறியிருக்கிறார்கள்.

நாட்டுப்பற்று எங்கும் மிகுந்துள்ள இக்காலத்தில், தமிழ் மக்களாகிய நாமும் பிறநாட்டு மக்களின் கொள்கைகளையும் திட்டங்களையும் அறிந்துகொள்வது நலமாகும். அதிலும், இந்தியாவிற்கு விடுதலை அளிக்க உழைப்பதாகக் கூறுகிற ஜப்பானிய நாட்டின் கொள்கையை அறிந்து கொள்வது பின்னும் அதிக நன்மையை உண்டாக்கும் என்பது எனது எண்ணம்

ஒருவன் தானும் தன் குடும்பமும் நல்வாழ்வு வாழ வேண்டுமென ஆசைப்படுவது நியாயமாகும். ஒரு நாடு முன்னேற்றமடைய ஆசைப்பட்டு முயற்சி செய்வதும் நீதியாகவே கருதப்படும். ஆனால், பிறரை வதைத்து,

துன்புறுத்தி, அழுத்தி, நசுக்கி அதன் மூலம் வாழ எண்ணுவது அநீதியாகும். அதிலும் நேர்மையான போர் இன்றி மறைவான திட்டங்களின் மூலம் வஞ்சனையாக நாடு கவர்வது கொடுமையாகும். அதிலும் ஆசியாவிற்கே விடுதலை பெற வழிசொல்லித் தருகிற ஜப்பானிய அரசாங்கம் இம் மாதிரியான திட்டத்தைக் கையாள்வது பெருங் கொடுமை யாகும். அப்படிப்பட்ட அந்தத் திட்டத்தையும் கொள்கை யையும் கருத்தூன்றிக் கவனிக்குமாறு வேண்டுகிறேன்:

நமது தற்காப்பிற்காகவும், கிழக்கு ஆசியாவிலுள்ள மற்றவர்களின் துன்பங்களையும், துயரங்களையும் போக்கு வதற்காகவும் ஜப்பான் உயிரையும் ஆயுதங்களையும் உபயோகிக்கும் முறையை அனுசரித்தாகவேண்டும். இம்முறையை நாம் அனுசரிக்கும்போது அமெரிக்காவின் எதிர்ப்பையும் சைனாவின் சண்டையையும் எதிர்பார்க்க வேண்டியிருக்கும்.

சைனாவை நமது ஆதிக்கத்தின்கீழ் கொண்டு வரவேண்டு மானால், நாம் முதலில் அமெரிக்காவை அழித்து ஒழிக்க வேண்டும். சைனாவுடன் போரிட்டு ஜெயிக்கு முன்னே நாம் மஞ்சூரியாவையும், மங்கோலியாவையும் ஜெயிக்க வேண்டும். உலகத்தை ஜெயிக்க முதலில் சைனாவை ஜெயித்தாக வேண்டும். சைனாவை ஜெயித்துவிட்டால், தென் கடல் நாடுகளும், பிற ஆசிய நாடுகளும் நமக்கு பயந்து நம்மிடம் சரணடைந்துவிடும்.

தொழில் என்ற முறையிலும், வர்த்தகம் என்ற முறையிலும் நாம் மஞ்சூரியாவிற்குள்ளும், மங்கோலியாவுக்குள்ளும் நுழையவேண்டும். பின்பு அங்கு நாம் பெரிய அளவில் குடியேறவேண்டும். பிறகு அதையே தளமாக உபயோகிக்கவேண்டும். அங்கிருந்தே சைனாவின் பல பாகங்களுக்கும் பரவி, ஆங்காங்குள்ள மூலப் பொருள்களைக் கைப்பற்றித் தீரவேண்டும். இவை முடிந்த பிறகு அங்கிருந்தே இந்தியாவிற்கும், சிரியா, ஆசியா, மத்திய ஆசியா, ஐரோப்பாவில் கூட படை எடுக்கவேண்டும். இப்பொழுது

ஜப்பானின் தேசீய பலம் வளர்ச்சியடைவதற்கு பரந்த நிலங்கள் அதிகமாகத் தேவையாகும்.

இத் திட்டங்கள் நிறைவேறுவதற்கு இராணுவ இலாகாவின் இரகசிய நிதியிலிருந்து 10 லட்சம் எண் செலவழிக்க வேண்டும். ஓய்வு பெற்றிருக்கிற 400 இராணுவ உத்தியோகஸ்தர்களை சைனாக்காரர்களாக உருமாற்ற வேண்டும். அவர்களை உபாத்தியாயர் தொழிலுக்கு என்று மங்கோலியாவின் உள்ளும், அதற்கு வெளியிலும் வேலை செய்ய அனுப்பி வைக்க வேண்டும். இவர்கள் மூலமாக மங்கோலிய அரசன் நம்பிக்கையை எளிதில் பெறலாம். ஜப்பானின் தேசீய நன்மைக்கும் 100 வருட காலத்திற்கு அடிகோலி விட்டதாகவும் ஆகும்.

கொரியர்கள் நமக்கு முன்பு தொந்தரவு கொடுத்து வந்தவர்கள். இப்போது அவர்களை நம்பலாம். அவர்களிற் பலரைச் சைனாவிற்குள் அனுப்பி, நிலங்களை வாங்கி, நெல் சாகுபடி செய்யும்படி செய்ய வேண்டும். இதற்கு நாம் அவர்களுக்குக் கூட்டுறவு மூலமும், ரயில்வே மூலமும் நிறையப் பொருளுதவி செய்யவேண்டும். இது நமது உணவுத் தொல்லையை அடியோடு போக்கிவிடும்.

கொரியர்கள், கலிபோர்னியாவிலும் தென்-அமெரிக்காவிலும் குடியேறியிருக்கிற ஜப்பானியர்களுக்கு மாறுபட்டவர்கள். அவர்கள் தற்காலம் சைனாக்காரர்களைப் போல இருப்பதால் நமக்கு நன்கு பயன்படுவார்கள். ஆனால், அவர்களின் ஜனத்தொகை 25 லட்சத்திற்கு மேல் போகாமல் பார்த்துக் கொள்ளவேண்டும். மேற்போகு மானால், அவர்களிற் சிலரை நமது இராணுவத்தில் சேர்த்துக் கொண்டு அவர்களைக் கொண்டே அவர்களை அழுத்த வேண்டும். இப்படி இம்சிக்கும் இராணுவத்தினர்களை சைனாக் கொரியர்களென்றோ, ஜப்பானியக் கொரியர்க ளென்றோ அவர்களால் கண்டுபிடிக்க முடியாது. "ஆட்டுத் தலையை விளம்பரமாக வைத்துக்கொண்டு, நாய்க் கரியை நம்மால் எப்போதும் விற்க முடியும்" என்று கூறியிருக்கிறார்

ஜப்பானிய மந்திரி தனகா என்பவர். மேலும், தமது அறிக்கையில் கூறுவதைக் கேளுங்கள்:

பொருளாதார முன்னேற்றத்திற்கும், தேசிய பாதுகாப்பிற்கும், வெற்றிக்கும் போக்குவரவு வசதிதான் தாயாக இருக்கிறது. நமது ரயில் பாதைகள் எல்லாம் அநேகமாக தென் மஞ்சூரியாவிலேயே இருக்கின்றன. வட மஞ்சூரியாவில்தான் அதிக செல்வங்கள் இருக்கின்றன. அங்கு ரயில் வசதியில்லாமையால் அச் செல்வங்களை நாம் அனுபவிக்க முடியவில்லை. தேசீய பாதுகாப்பிற்கும் அங்கு ரயில் வசதிகள் வேண்டும். அத்தகைய வசதியை உண்டு பண்ணினால் ஜப்பானியர்களை வட மஞ்சூரியாவுக்கு அதிகமாகக் குடியேறும்படி செய்யலாம்.

மஞ்சூரியாவின் இருதயமும், மங்கோலியாவின் இருதயமும் போன்ற இடங்களில் நமது இரயில் பாதைகளை அமைக்கவேண்டும். அதன்மூலம் நாம் சைனாவில் ராணுவ ராஜீய பொருளாதார முன்னேற்றங்களை அழிக்கலாம். ரஷ்யர்களுடைய செல்வாக்கையும் பலத்தையும் பரவ விடாமலும் தடுக்கலாம். இந்த இரயில் பாதைத் திட்டமே நமது தேசீய போர்த்திட்டத்தின் முதல் திட்டமாகும்.

பெந்தைல் மாகாண மக்களுக்கு பணக் கஷ்டம் அதிகமாக இருக்கிறது. நாம் அவர்களுக்கு உதவி செய்தா லொழிய வேறு வழி அவர்கட்குக் கிடையாது. இது நமக்கு ஒரு நல்ல சந்தர்ப்பம். மஞ்சூரியா மங்கோலியா இரயில் பாதைகளை இச்சமயத்தில் அமைத்துக்கொண்டு பிறகு அம் மாகாண பாங்குகளின் மூலம் அவர்கட்கும் பண உதவி செய்ய முடியும்.

ரஷ்யாவானது சைனா ஈஸ்டர்ன் ரயில்வேயை வலுவாக்கி அதன் மூலம் தனது ஆதிக்கத்தை நிலை நிறுத்தும் திட்டத்தை நிறைவேற்ற எண்ணியிருக்கிறது. இதற் காகவே கிழக்கிலும் மேற்கிலும் இந்த ரயில்வேயை ரஷ்யா நீட்டியிருக்கிறது. அது செய்யும் ஒவ்வொரு செயலும் நமது முன்னேற்றத்தையும்,

தென் மஞ்சூரியா ரயில் வளர்ச்சியையும் தடைப்படுத்தவே செய்யும்.

ஆகவே, ரஷ்யாவினுடைய தென் மஞ்சூரியாவின் முன்னேற்றத்தைத் தடுப்பதாக பாவனை செய்துகொண்டே, வட மஞ்சூரியாவுக்குள் கொஞ்சம் கொஞ்சமாகப் புகுந்து அங்குள்ள சிறந்த மூலப் பொருள்களை அள்ளிக்கொண்டு வந்துவிட வேண்டும். இவ்வாறு செய்வதன் மூலம். சைனாவின் செல்வாக்கைத் தெற்கே பரவவிடாமலும், ரஷ்யாவின் செல்வாக்கை வடக்கே பரவ விடாமலும், தடை செய்ய முடியும். இவைகளைச் செய்யும்பொழுது நாம் ரஷ்யாவுடன் வஞ்சனையாகவே சிநேகமாயிருக்க வேண்டும். காட்டா மந்திரி சபையின் காலத்தில் மந்திரி பாரன் கோட்டா அவர்கள் "ஜாபி"யை ஜப்பானுக்கு வரவழைத்து ராஜ தந்திர உறவு பற்றிப் பேசியதும் இதற்காகவே யாகும்.

"டுங்கிலியோவிலிருந்து - ஜெஹோல் வரை நமது ரயில் பாதையைப் போடவேண்டும். அது 447 மைல் நீளத்தில் அமையும். இதற்கு 5 கோடி எண் செலவிட்டால் போது மானதாயிருக்கும். இது மிக மிக முக்கியமானதோடு ஜப்பானின் வருங்கால செல்வமுமாக இருக்கும். அந்த ரயில் திட்டம் நிறைவேறினால், அங்குள்ள ஏராளமான நஞ்சை நிலங்களைப் பயன்படுத்திக் கொள்ளலாம். இதனால் மங்கோலியாவுக்குள் நமது ஜனங்கள் 2 கோடிப் பேர் குடியேற முடியும். 20 லட்சம் ஆடுமாடுகளை அங்கு மேய்க்கலாம். ஆடு மாடுகளின் ஏற்றுமதி வர்த்தகமும் இதனால் அதிகமாகும். ஜப்பானில் ஒரு ஆடு தருகிற கம்பளி மயிரைவிட அங்கு 3 மடங்கு அதிகமாகத் தரும். ஆஸ்ட்ரேலியாவின் கம்பளியைவிட அதிக நயமானதாக இருப்பதோடு விலையில் மலிவானதாகவும் இருக்கும். ரயில் வசதி ஒன்று இருந்தால்தான் நாம் இதை அடைய முடியும். உலகத்தின் மற்ற நாடுகள் இந்த இரகசியத்தை அறியு முன்னே நாம் முந்திக் கொள்ளவேண்டும். இப்போதே அதிக தாமதித்து விட்டோம். பிரிட்டனும், அமெரிக்காவும் இதை அறிந்தால், நம்முடன் போட்டியிட ஆரம்பிக்கும். அதற்கு முன்னே

நிலைமையை ஒழுங்கு படுத்திக்கொள்ள வேண்டும். ஆடு மாடு வர்த்தகமும், கம்பளிக் கைத் தொழிலும் ஜப்பானுடைய தேவைக்காக மட்டுமல்ல ; அமெரிக்கா ஐரோப்பா போன்ற நாடுகளுடனும் இவ்வர்த்தகம் செய்ய உதவும். இந்த இரயில் பாதைத் திட்டம் இதற்காகவே நிறைவேறியாக வேண்டும். இது அங்கு நிறை வேறுகிறதா? இல்லையா? என்பது வாழ்வதா? சாவதா? என்பதையே பொறுத்திருக்கிறது.

சூஎன் - டனான் இருப்புப்பாதை ஒன்றும் போட வேண்டும். இதன் நீளம் 136 மைல் இருக்கும். இதற்காக செலவிட 1 கோடி எண் போதுமானது. ஜப்பானின் எதிர்காலத்தில் ரஷ்யாவுடன் சண்டையிட்டே ஆகவேண்டும். அச்சண்டை வட மஞ்சூரியாவிலேதான் நடைபெறும். ராணுவ முக்கியத்துவத்துடன் பார்வையிட்டால், இந்த ரயில் பாதையானது ரஷ்யாவின் பின்னணியைப் பெரிதும் பயமுறுத்தவும், வட மஞ்சூரியாவிற்கு புதிய பலத்தைக் கொண்டுபோக முடியாமல் தடுக்கவும் நமக்கு உதவியாக இருக்கும்.

இந்த இரயில் பாதையினால், சைனாக்காரர்கள் இங்கு குடியேறி நமக்குச் சில்லரைத் தொந்தரவுகள் செய்யலாம். அதற்காக கவலைப்பட வேண்டியதில்லை. மங்கோலிய அரசர்களை நமது நம்பிக்கையின் கீழ் கொண்டுவந்து கடுமையான சட்டங்களையியற்றி அவர்களை விரட்டியடிக்கலாம். இந்த ரயில் பாதைத் திட்டம் வெற்றி பெற்றால், நமது வகுப்பினரை உலகத்தையே ஜெயிக்க அனுப்பலாம். இத்திட்டப்படி மஞ்சூரியா, மங்கோலியா. சைனா இவை களைப் பிடிக்குமுன்னே நமது சக்ரவர்த்தி மஜி அவர்களின் திட்டப்படி போர்மோசாவையும், கொரியாவையும் முன்னதாகப் பிடித்தாக வேண்டும். அவ்விரண்டும் நிறைவேறி விட்டால், தென் கடல் நாடுகள் அனைத்தும் கம் காலடியில் விழும். பிறகு ஆசியாவும், உலகமும் நம்முடையதே.

சைனாவையும் உலகத்தில் பிற நாடுகளையும் நாம் பயமுறுத்த அமெரிக்காவுடன் சண்டையிட்டே ஆசு வேண்டும். பிலிப்பைன் தீவுகளிலுள்ள அமெரிக்கரின் ஆசியாப் படைகளின் தொல்லைகளை ஒழித்தாகவேண்டும்.

"ஜப்பானியக் கடலை நம் தேசீய தற்காப்புக்குக் கொண்டு வந்துவிட்டால், அமெரிக்க சைன, ரஷ்ய கடற்படைகளுக்கு நாம் அஞ்ச வேண்டியதில்லை" என்று தனகா கூறியிருக்கிறார். மேலும், அவர் கூறுவதைக் கேளுங்கள்.

"நாம் போதுமான இரும்பும், நிலக்கரியும் பெற்றால் உலகத்தில் பெரிய ஜன சமுதாயமாக இருப்போம். கீழ்க் கோடியும், மேற்கோடியும் படையெடுக்க முடியும். நமது மோட்டார்களுக்கும், சண்டைக் கப்பல்களுக்கும் அதிகமாக எண்ணெய் தேவை. இதற்கு அமெரிக்க யந்திரத்தை நாம் உபயோகித்தால் நமது எண்ணெய் உற்பத்தியில் 50 சத விகிதம் அதிகமாக உற்பத்தி செய்யலாம். இரும்பு, நிலக்கரி, எண்ணெய் இம் மூன்றும் நமக்கு மிகவும் முக்கியமானது.

நமக்குப் பிற நாடுகளின் பணம் தேவையாக இருக்கிறது. இதற்கு தென் மஞ்சூரியா ரயில்வே மீது பணங்களைப் போட நாம் அனுமதித்தால், மற்ற நாடுகளில் உள்ளவர்கள் நம்மீது சந்தோஷப்பட்டு பணம் போடுவார்கள். இப் பொருள் நமக்குப் பெரும் உதவியாயிருக்கும். சைனாவால் இதைத் தடை செய்ய முடியாது. இந்த நல்ல முறையைச் செய்யச் சிறிதும் தாமதம் செய்யக் கூடாது.

மஞ்சூரியா, மங்கோலியாவுக்குள் ஆஸ்பத்திரிகளும், பள்ளிக்கூடங்களும் ஏற்படுத்தி, டாக்டர்களாகவும். உபாத்தியாயர்களாகவும் நம்மவர்களை ஆங்கு அனுப்பி, அவர்களின் தொண்டுகள் மூலம் ஜப்பானிய மக்களின் பேரில் நல்ல எண்ணம் உண்டாகும்படிச் செய்ய வேண்டும். ஆனால், இப்படிப்பட்ட பள்ளிக்கூடங்களில் அவர்களுக்குச் சாதாரண படிப்பு மட்டுமே சொல்லிக் கொடுக்கவேண்டும்.

கூட்டுறவு நிலையங்கள் மூலம் கொரியர்களுக்கு உதவி செய்து, அவர்களை சைனாக்காரர்களிடமிருக்கும் நிலங்களை விலைக்கு வாங்கும்படிச் செய்ய வேண்டும். பிறகு நாம் அதை வாங்கி நமது ஜனங்களுக்குக் கொடுத்து அங்கு குடியேறும்படிச் செய்யவேண்டும். இதுவே நமது நோக்க மாகவும் கொள்கையாகவும் இருக்கவேண்டும். பூகோள அமைப்பின்படி ரஷ்யாவும், நாமும் சும்மா இருக்கமுடியாது. சண்டைபோட்டே ஆகவேண்டும். அதற்காகவே ரஷ்யாவும் நாமும் தளவாடங்களை அதிகமாக அபிவிருத்தி செய்து வருகிறோம்.

மஞ்சூரியாவில் நம்முடைய கொள்ளையடிப்பு பல மாதிரியாக இருக்கவேண்டும். அடிக்கடி நமது திட்டங்கள் வெளியில் தெரியாமல் இருக்க நமது தலைமைக் காரியாலயங் களை இரகசியமான இடத்தில் அமைக்கவேண்டும். மஞ்சூரியா, மங்கோலியாவிலுள்ள நமது ஏஜண்டுகள் மத்திய காரியாலயத்துடன் தொடர்பு வைத்துக்கொள்ளச் செய்ய வேண்டும். கொரியாவைக் கைக்கொள்ள நமது மந்திரிகளான இதோ, சுட்சூரா ஆகியவர்களின் திட்டங்களைக் கைக் கொள்ளவேண்டும். இக் காரியங்களைக் கவனிக்க ஒரு காலனி இலாகாவை உண்டாக்கி, அதன் மூலம் நமது விஸ்தரிப்பு வேலைகளைச் செய்யவேண்டும்.

இவையும் இவைபோன்ற பிறவும் ஜப்பானிய மெயின் காம்ப் ஆகிய, தன்கா அறிக்கையில் காணப்படுகின்றன.

இத்திட்டங்களில் சில நிறைவேற முயற்சித்தும், சில அடியோடு நிறைவேற முடியாமலும் இருக்கின்றன. இவைகளைக் காணும்பொழுது ஜப்பானி யர்களுக்கும், நேர்மை என்பதற்கும் சிறிதும் பொருத்தமில்லை யென்றே கூறவேண்டும். அவர்களின் எண்ணம் வேறு, சொல் வேறு, செயல் வேறாகவே இருந்து வருகிறது. அவர்களின் எண்ணத்திற்கு இந்தத் திட்டமும், அவர்களின் சொல்லிற்கு அமெரிக்காவிடம் சமாதானமே எங்கள் விருப்பம் என்று பேசிக்கொண்டிருந்ததும், அவர்களின் செயலுக்கு அதே

சமயத்தில் ஹவாய் தீவில் வீசிய வெடி குண்டுகளும் போதுமான சான்றாக இருக்கும்.

ஜப்பானிய அகராதியில், கொரியாவுக்கு உதவி என்றாலும், மஞ்சூரியாவுக்கு 'ரயில் பாதை' என்றாலும், மங்கோலியாவுக்கு 'சுயராஜ்யம்' என்றாலும், 'இந்தியா'வுக்கு 'விடுதலை' என்றாலும், 'ஆசியாவின் புணருத்தாரணம்' என்றாலும், 'உலகத்திற்கு சமாதானம்' என்றாலும் ஒரே ஒரு பொருள்தான் உண்டு. அது என்னவென்றால் ஜப்பானுக்குள் அடிமைப்பட வேண்டும் என்பதே.

வங்காள மக்களுக்காகக் கண்ணீர் வடிக்கும் ஜப்பானி யர்கள்தான் வங்காளத்தில் தொடர்ந்தாற்போல் குண்டு வீசியவர்கள் என்பதையும், தென்னிந்திய மக்களின் விடுதலையைப்பற்றிக் கூறும் ஜப்பானியர்கள்தான் விசாகப் பட்டினத்திலும், சென்னையிலும் குண்டு வீசியவர்கள் என்பதையும் நாம் மறந்துவிடவில்லை. குண்டுகள் வீசிய பிறகுதான் அவர்களுக்கு இரக்க புத்தி தோன்றியிருக்கிறது என்பதையும் நம்ப முடியவில்லை. வஞ்சக புத்தியும், கெஞ்சும் பேச்சும்,நஞ்சூட்டும் செயலுமுள்ள ஜப்பானியர் களிடத்து, எப்போதும் எச்சரிக்கையாக இருக்க வேண்டும். அஜாக்கிரதையாகவும் நாம் இருந்து, அவர்களின் பகற் கனவும் ஒரு காலத்தில் பலித்து, இந்தியாவும் அவர்க ளிடத்திற் சிக்கி விடுமானால், இந் நாடு நம்முடையது, இதை ஆளும் உரிமை நமக்குச் சொந்தம். இதை 'நாம் விரைவில் பெறுவோம்' என்ற நம்பிக்கையை நாம் அடியோடு இழந்து, இன்னும் பல நூறு ஆண்டுகள் தலை தூக்க முடியாமல், புதிய அடிமைகளாக வாழ நேரிடும் எனக் கூறி எச்சரிப்பதுடன் எனது பேச்சை முடித்துக் கொள்ளுகிறேன். எல்லோருக்கும் வணக்கம்.

(இது 15-12- 43-ல் ஆற்றிய உரை.)

முற்றிற்று.

★★★

9 788199 79261